धुक्यातलं
चांदणं !!

विनित राजाराम धनावडे

ISBN 979-888546084-2

अनुक्रमणिका

1

" धुक्यातलं चांदणं "

"Hello, ... आज तरी आहेस का घरी तू ? ",

" का गं ? ",

" नाही... खूप दिवस फिरायला नाही गेलो म्हणून. ",

" मी तर दर रविवारी जातो. ",

" तू नाही रे, आपण दोघे. किती महिने झाले ... एकत्र गेलोच नाही आपण. " तसा विवेक हसायला लागला.

" अगं सुवर्णा... तुला माहित आहे ना. रविवार हा फक्त आणि फक्त माझाच दिवस असतो. तुला यायचं असेल तर तूही येऊ शकतेस. ",

" OK, नको तू एकटाच जा. ",

" बघ आता .... बोलावतो आहे तर येत नाहीस आणि म्हणतेस कूठे गेलो नाही फिरायला खूप दिवस. ",

"त्या जंगलात वगैरे मला आवडत नाही. तुला काय आवडते तिथे कळत नाही मला. ", सुवर्णा बोलली.

" तुला नाही कळणार ते, चल ... निघतो मी... तुझ्यासोबत नंतर कधीतरी. ",

" नेहमी असंच बोलतोस.... चल , Bye... उद्या भेटूया. ऑफिस मध्ये. ",

" Ok... Bye ,Bye... " म्हणत विवेकने फोन कट्ट केला.

विवेक , एक " खुशाल चेंडू " स्वभावाचा मुलगा. जॉबला होता एका कंपनीत, designer होता तो. पण त्याची ओळख एक "All Rounder" म्हणून होती. जास्त लोकं त्याला " लेखक" म्हणून ओळखायचे. त्याची लेखनशैली लोकांना खूप आवडायची. कविता , गोष्टी लिहायचा छान. ;सुरुवातीला त्याच्या मित्रांनाच त्याची लेखनकला माहित होती. त्यापैकी एकाने " स्वतःचा ब्लॉग तयार कर " अशी कल्पना दिली. आणि विवेकचा ब्लॉग अल्पावधीत फ़ेमस झाला. Fan's ची संख्या दिवसेंदिवस वाढतच गेली. रोज कोणाचे ना कोणाचे call यायचे त्याला, अर्थातच Fan's चे. प्रवासात सुद्धा कितीतरी मुलं, मुली त्याच्याकडून सही घ्यायचे, त्याच्यासोबत फोटो काढायचे.

विवेक आता celebrity झाला होता, तरी त्याला तसं राहणं जमायचं नाही. सिंपल राहायचा अगदी. रोज सकाळी ऑफिसला जायचा, संद्याकाळी घरी आला कि वेळात वेळ काढून लेखन करायचा. आणि वेळ मिळेल तेव्हा ब्लॉग टाकायचा. Soft Music ऐकायचा , शांत राहायचा आणि दर रविवारी, कॅमेरा घेऊन कूठेतरी निघून जायचा फोटोग्राफीसाठी. खूप आवड होती त्याला फोटोग्राफीची. महत्वाचं म्हणजे त्याला निसर्गाची आवड होती. शहरातल्या गर्दी पेक्षा विवेक निसर्गात जास्त रमायचा. शिवाय चित्रसुद्धा चांगली रेखाटायचा. मस्त एकदम. इतकं सगळं करून सुद्धा मित्रांसाठी वेळ तर नक्की द्यायचा. मित्रांचा ग्रुप तर केवढा मोठा होता. एवढे छंद असलेला , दिसायला एवढा Handsome नसला तरी कोणालाही सहज आवडणारा होता विवेक.

सुवर्णाची ओळख ऑफिस मधली. शेजारीच बसायचे ना दोघे. शिवाय घरी जाण्याची आणि येण्याची वाट एकच. त्यामुळे Friendship झाली दोघांमध्ये लगेच. सुवर्णा जरा चंचल होती, फुलपाखरासारखी. एका गोष्टी वर तिचं मन जास्त रमायचं नाही. कामात सुद्धा धांदरट पणा करायची. बॉस तरी किती वेळा ओरडला असेल तिला. विवेक मग सांभाळून घ्यायचा. ती मात्र बिनधास्त होती. दिसायला छान होती. त्यामुळे ऑफिस मधली बरीच मुले तिच्या " मागे " होती. सुवर्णा त्यांच्याकडे पहायची सुद्धा नाही. तिचा खऱ्या प्रेमावर विश्वास होता

आणि विवेककडे तसं सगळं होतं,जे तिने मनात ठरवलं होतं. म्हणून सुवर्णाला विवेक जरा जास्तच आवडायचा. Friendship होऊन २ वर्ष झाली होती. परंतु विवेक आता जरा जास्तच बिझी होऊ लागला होता, कामात आणि लेखनात सुद्धा. शिवाय , त्याला येणारे त्याच्या Fan's चे call, specially... मुलींचे call तिला आवडायचे नाहीत.

त्यादिवशी, असाच call आला आणि विवेक मोबाईल घेऊन बाहेर गेला. १०-१५ मिनिटांनी जागेवर आला.

" जा ... बसू नकोस, सरांनी बोलावलं आहे तुला." ," Thanks ", म्हणत विवेक पळतच बॉसच्या केबिन मध्ये गेला. थोडयावेळाने आला जागेवर.

" ओरडले ना सर... " सुवर्णा बोलली.

" कशाला ? ",

" आजकाल तू खूप वेळ बाहेरच असतोस . फोनवर, म्हणून. " ते ऐकून विवेक हसायला लागला. त्याने तिच्या डोक्यावर टपली मारली.

" पागल... त्यासाठी नाही बोलावलं होतं, त्याचं काम होतं म्हणून बोलावलं होतं जरा." सुवर्णाचा तोंड एवढसं झालं.

"आणि सर माझ्यावर रागावणारचं नाही.... " ,

" तू काय त्यांचा लाडका आहेस वाटते. " ,

" आहेच मुळी !! ". सुवर्णाने तोंड फिरवलं आणि कामात गुंतून गेली. विवेक सुद्धा जागेवर बसला. ५ मिनिटे गेली असतील.

" कोणाचा call होता रे ? " , सुवर्णाचा प्रश्न.

" अगं, हि Fan मंडळी असतात ना, ते सारखं विचारत असतात, Next story कधी, कोणती , विषय काय ? मग सांगावं लागते काहीतरी. त्यात जर Fan , मुलगी असेल तर विचारू नकोस. कुठे राहता , काय करता , single or married.... बापरे ! या मुलींचे प्रश्नचं संपत नाहीत. " ,

" म्हणजे आता मुलीसोबत बोलत होतास ... " ,

" अगं , Fan होती माझी. " ,

" तरी पण.... एका अनोळखी मुलीसोबत एवढा बोलतोस . माझ्या सोबत तरी बोलतोस का कधी फोन वर एवढा.",

" तू तर रोज भेटतेस ना ऑफिसमध्ये, मग कशाला पाहिजे फोन वर बोलायला. हम्म... कूठेतरी जळण्याचा वास येतोय मला. " म्हणत विवेक हसायला लागला.

" एक फाईट मारीन तुला. गप बस्स. मला काय करायचंय ... कोणाबरोबर पण बोल , नाहीतर त्यांना घेऊन फिरायला जा. फक्त वाटलं म्हणून बोलले. तर म्हणे जळण्याचा वास येतोय. मी कशाला जळू ? " , रागात बोलली सुवर्णा, फुगून बसली.

" काय हे सुवर्णा ... जरा मस्करी केली तरी चालत नाही का तुला, पागल कूठली " ,

" पागल नको बोलूस ... समजलं ना. " ,

" बोलणार मी... पागल... पागल... पागल... " ,

"थांब हा ... मारतेच तुला." म्हणत ती त्याच्या मागे धावत गेली. विवेक आणि सुवर्णाची मैत्री famous होती ऑफिसमध्ये.

दिवस जात होते, विवेक आणि सुवर्णाची मैत्री अजून घट्ट झाली होती. एक दिवस,विवेक त्याला आलेले e-mail चेक करत होता. तेव्हाचं chatting चा box open झाला, " Hi ", त्याला एक message आला होता. " पूजा " नावं होतं तिचं. पहिल्यांदा कोणीतरी chatting करत होतं, विवेक बरोबर. विवेकला जरा आश्चर्य वाटलं. त्यानेही Reply दिला मग.

" Hi ". ,

" How R U ? ",

" I'm fine, what about you? ",

"Same here ." ,

" OK, then ",

" I'm a big fan of yours. ",

"can I ask you something? " विवेकने प्रश्न केला.

" Yes " ," R U Marathi ? " ,

" Yes " ,

" मग मराठी मध्ये बोला ना, इंग्लिश मध्ये कशाला ? " ,

" OK... OK चालेल. ",

" मी तुमची खूप मोठ्ठी Fan आहे. तुमच्या सगळ्या गोष्टी , कविता मी खूप वेळेला वाचल्या आहेत. खूप छान लिहिता तुम्ही. " विवेकला जरा हसू आलं.

" Thanks Ma'am... मला खूप आनंद झाला ,तुम्ही माझा ब्लॉग वाचता त्याबद्दल. Thanks again , पण मला 'तुंम्ही',' तुम्हाला' वगैरे म्हणू नका, मी काही एवढा मोठा नाही. एकेरी नावाने बोललात तरी चालेल मला." ,

" आणि मीही 'madam' वगैरे नाही. मी तर तुमच्यापेक्षा , sorry ... तुझ्यापेक्षा लहान आहे. तीन वर्षांनी.",

"चालेल ... चालेल, मग तुम्हाला ... I mean ... तुला माझा mail ID कसा मिळाला ? आणि माझी birth date कशी माहित तुला ? " ,

" तू विसरलास वाटते... तुझ्या Profile मध्ये आहे ना, तिकडून mail ID मिळाला आणि birth date सुद्धा कळली तुझी." ,

" OK. विसरलोच मी.... हा... हो, आठवलं मला. मीचं टाकलं होतं profile मध्ये. " विवेकलाही chatting मध्ये मजा वाटत होती आता. तेवढयात सरांचा call आला, सुवर्णा आणि त्याला एकत्र केबीन मध्ये बोलावलं होतं. त्याने लगेच पूजाला message टाकला, " हे पूजा, मला जरा बॉसने बोलावलं आहे. जरा जाऊन येतो मी... Bye." , " OK , खूप दिवसांपासून तुझ्या बरोबर बोलायची इच्छा होती, छान वाटलं बोलून." , " same here " ," Bye" ,"Bye" . विवेकने chatting बंद केली आणि बॉसच्या केबीनमध्ये गेला. दुसरा दिवस, विवेकचं काम चालू होतं, पुन्हा पूजाचा MSG आला," Good Morning", विवेकला आठवण झाली... हि तर कालचीच. त्यानेही reply केला, " शुभ प्रभात ! " ," हो . विसरले मी, शुभ प्रभात ! कसा आहेस ? " , " एकदम छान... तू कशी आहेस ? " ," मी पण छान ... " आणि त्यांची chatting सुरु झाली. दिवस भर ते chatting करत होते. विवेक प्रथमच कोणा अनोळखी मुलीशी chatting करत होता, तीही छान बोलत होती. संध्याकाळी तो ऑफिसमधून निघाला तेव्हा chatting थांबली त्यांची. मस्त वाटत होतं विवेकला.

Next day, विवेकला तसं काही काम नव्हतं. तो असंच time pass करत बसला होता. पूजा online दिसली त्याला. त्यानेच MSG केला तिला आणि त्यांचं बोलणं means chanting सुरु झाली पुन्हा. छान पैकी एकदम. तिचं बोलणं विवेकला खूप आवडत होतं. तीही अगदी त्याच्यासारखीच बोलायची. छान गट्टी जमली होती. सुवर्णाला हे माहित नव्हतं. हल्ली, रोजच विवेक , पुजाबरोबर गप्पा मारायचा. कामाबरोबरच दोघंही chatting करत असायचे. पूजा बँक मध्ये जॉबला होती. सकाळी ऑफिसमध्ये आल्यावर " Good Morning " ने बोलणं सुरु व्हायचे आणि संद्याकाळी " Good Bye " ने निरोप व्हायचा. हळूहळू सुवर्णाला विवेक मधला बदल कळायला लागला होता.

याला काय झालंय ? .... आजकाल फोन घेत नाही कोणाचे , सकाळी आल्या पासून त्या PC लाच चिकटून असतो. एकेदिवशी, न राहवून सुवर्णा गुपचूप विवेकच्या मागे जाऊन उभी राहिली. बघते तर chatting चालू होती. हे सुवर्णासाठी नवीन होतं.

" तू chatting कधीपासून करायला लागलास रे... " , ते ऐकून विवेक दचकला . लगेच त्याने chatting चा box बंद केला.

" बंद कशाला करतोस.... दाखव तरी कोणाबरोबर बोलतोस ते. " ,

" राहू दे गं ", विवेक बोलला.

" OK .... , आता मला समजली कारणं सगळी. ऑफिसमध्ये आल्या आल्या PC च्या मागे लागणं, माझ्याकडे कमी आणि PC वर जास्त लक्ष असणं, lunch भरभर करणं आणि Fan's चे फोन कमी अटेंड करणं. " ,

" ह्या... तसं काही नाही आहे. " .

" तसच आहे, आणि हो... काल किती धावत होतास ... त्या IT department कडे. इंटरनेट बंद होतं म्हणून. पहिलं कधी तुला गरज सुद्धा नसायची इंटरनेटची. काल तर कावराबावरा झाला होतास. साहेबांना chatting करायची असते ना. " ,

" सांगतोस का आता .... कोणाबरोबर बोलत होतास ते... " विवेक गप्प.

" सांग लवकर ,नाहीतर सरांना सांगेन.".

" थांब थांब सांगतो. " सुवर्णा बसली खुर्चीवर ऐकायला. विवेक तरी तसाच बसून.

" आता काय भटजीला बोलावून मुहूर्त काढणार आहेस का ? ",

" थांब गं, किती घाई " ,

" ठीक आहे नको सांगूस ", सुवर्णाने तोंड वाकडं केलं. आणि ती काम करायला लागली.

" ये पागल... ऐक सांगतो. " ,

" सांग ... " ,

" पूजा ...",

" पूजा काय ? " ,

"पूजा नावं आहे तिचं... "

," पुढे... ",

" माझ्या ब्लॉगची fan आहे ती. सगळ्या स्टोरी, कविता तिने खूप वेळा वाचल्या आहेत. म्हणून तिच्या सोबत chatting करतो मी ",

" आधी कधी मी तुला कोणासोबत chatting करताना पाहिलं नाही, ती काय एवढी special आहे का ? ",

"special नाही गं . पण तिच्या सोबत बोलताना छान वाटते एकदम. मनातलं बोलते ती, असं म्हणालीस तरी चालेल. शिवाय माझ्या आणि तिच्या आवडी-निवडी same आहेत जवळपास. फिरायला आवडते, फोटोग्राफी आवडते, Soft music, वाचन.... सगळ्या काही माझ्याच सवयी, छंद आहेत. " ,

" म्हणजे खूप मोठी fan आहे तर.... आणि हि chatting कधीपासून चालू आहे ? ",

" झाला असेल एक महिना ." ,

" १ महिना !! चांगलीच friendship झाली आहे दोघांची. " ,

" असंच गं, चालता हैं " ,

" तरी मी बघायचे तुला. मीही विचार करायचे , एकटाच हसतो आहे काम करताना, कशाला हसायचास रे ? " ,

"अगं , ती एवढं छान बोलते ना, मज्जा वाटते. मग येते हसायला कधी कधी. " ,

" आणि त्या दिवशी उभा राहून टाळ्या कशाला वाजवत होतास ? " ,

" पूजा सांगत होती, ती गरीब मुलांना मदत करते, म्हणून तिला ' 'standing ovation ' दिलं मी. " ,

" बरा आहेस ना तू " ,

" असचं गं, मज्जा " ,

" ठीक आहे , कर chatting तू, पण सांभाळून, जास्त गुंतून जाऊ नकोस." ,

" नाही गं. माझा माझ्या मनावर पूर्ण कंट्रोल आहे." ,

" ते दिसतेच आहे , एकंदरीत. " तसा विवेक हसला थोडासा.

" माझं नावं ठेवलं आहे तिने " गोलू " म्हणून." ,

" का ? " ,

" मला बघून ... " ,

" तिला कसं माहित तू कसा दिसतोस ते. " ,

" माझ्या profile वर माझा फोटो आहे ना, परत अजून एक फोटो send केला तिला मी." ,

" म्हणजे.... फोटो वगैरे सुद्धा share झाले तर. " ,

" हो.... तीही छान आहे दिसायला आणि मी पण तिचं नावं ठेवलं आहे.... " पूजू "... म्हणून." ,

" चांगलं चाललं आहे तुमचं , दोघांचं. मला तरी कधी प्रेमाने हाक मारलीस का कधी." ,

" बोलतो तर तुला राग येतो." ,

" काय ? " ," पागल " विवेकला हसायला आलं.

" गप रे... " ," Sorry .... Sorry , पण छान आहे ती. दिसायला तर आहेच, त्याहीपेक्षा मनाने जास्त सुंदर आहे." " OK , ठीक आहे. पण पुन्हा सवय झाली तर बघ. सांभाळ... " म्हणत सुवर्णा कामाला लागली.

विवेक chatting मध्ये पुन्हा गुंतून गेला. सुवर्णासुद्धा कामात होती, डोक्यात मात्र विवेकचे विचार. याला कळत कसं नाही माझ्या मनात काय आहे ते, कि तो मुद्दाम असं वागतो. कळत नाही त्याच्या मनात नक्की काय आहे ते.

अजून काही दिवस गेले. जून महिना सुरु झाला. सगळीकडे पावसाळी वातावरण तयार होत होते. मुंबईत अजून पाऊस सुरु झाला नव्हता. विवेक आणि सुवर्णाच्या friendship मध्ये थोडी कमी निर्माण झाली होती, असं सुवर्णाला जाणवू लागलं होतं.एक दिवस, सुवर्णा तशीच कामात बिझी होती.

विवेक आला," ये पागल... " ,

" काय रे ? " ,

" अगं पूजू.... I mean... पूजा , इकडेच आहे जॉबला. " ,

" इकडे ? म्हणजे कूठे नेमकं ? " ,

" ती बँक आहे ना पुढे. तिथे ती accountant आहे. मस्त ना. " ,

" हम्म... " , सुवर्णा परत कामाला लागली.

" अरे... मी काहीतरी सांगतो आहे तुला. " ,

"सांगितलस ते ऐकलं मी. " ,

" पुढची गोष्ट main आहे. ती सुद्धा आपल्याच रस्त्याने, म्हणजे ट्रेनने जाते. In fact , ती सुद्धा C.S.T ला राहते... तू राहतेस तिथेच.",

"means what ? ",

"means आज तुला वेळ आहे का जरा ? " ,

" आता हे कूठे आलं मधेच ? ",

" अगं , तिने भेटायला बोलावलं आहे." ,

"तिने ? " ,

"तसं ... म्हणजे... मीच बोललो तिला. भेटूया म्हणून . ती तयार झाली आहे. ",

" OK , मग मी कशाला ? मी बोलले कधी जाऊया का फिरायला तर तुला वेळ नसतो. आज ती बोलली तर लगेच .... तुला बोलावलं आहे ना , मग तूच जा... मी नाही येत आहे." ,

" काय गं सुवर्णा.... चल ना, please, माझ्यासाठी." , सुवर्णा विचार करू लागली.

" सरांची परवानगी नाही मिळणार. " ,

" त्यांना मी मघाशीच सांगितलं. तू चल पटकन. " म्हणत विवेक तिला ओढतच बाहेर घेऊन गेला.

धावतच ते ऑफिसच्या बाहेर आले. " कूठे भेटणार आहात ? " ," स्टेशनला ",

" किती वेडा आहेस रे तू , स्टेशनला कोणी बोलावते का भेटायला. " , सुवर्णा हसत म्हणाली.

" अरे , तिला घरी जायला लेट होईल ना मग, म्हणून स्टेशनला बोलावलं " ,

" ठीक आहे मग ." विवेक आनंदात होता आज, चेहरा तर किती खुलला होता.

" विवेक विचारू का एक ." ,

" विचार." ,

" अगदी सहजच ना भेटायला चालला आहेस " ,

" का गं ? " ,

" तुझ्यात खूप बदल अनुभवते आहे मी. नक्कीच काही नाही ना." विवेक जरा बावरला.

" नाही, असं का वाटतं तुला ? " ,

" नाही , मला तसं वाटलं म्हणून. " . थोडावेळ कूणीच काही बोललं नाही. स्टेशनला पोहोचले ते.

" तू कसा ओळखणार तिला. ? " ,

" तिचा फोटो बघितला होता ना मी, नाहीतरी ती ओळखेल मला." ते दोघे बोलत होते, तेव्हाच मागून आवाज आला , " विवेक ... " ,विवेकने वळून पाहिलं. पूजा ... विवेक तिच्याकडे बघत राहिला. average उंची, जराशी मध्यम अंगाची, गोऱ्या रंगाची , केस मागे बांधलेले, डोळे काळेभोर असले तरी त्यावर चष्मा, गोबरे गाल आणि चेहऱ्यावर किंचितशी smile, अगदी फोटोत होती तशिच पूजा ,विवेकच्या समोर उभी होती. दोघे एकमेकांकडे कधीचे बघत होते. सुवर्णानेही पूजाचा फोटो पाहिला होता. शिवाय विवेक तिच्या संबंधी रोज काहीना काही सांगायचा. आज तिला प्रत्यक्षात बघत होती. हळूच तिने हाताच्या कोपराने विवेकला धक्का दिला. विवेकची तंद्री भंग झाली. " Hi .... Hi पूजा ", " Hi विवेक ." ," तू... तुला कसं कळलं मी आहे ते , मागून कसं ओळखलस मला... " विवेकने चाचरत प्रश्न केला.

पूजाला जरा हसू आलं. chatting करताना कसा मोकळेपणाने बोलतो, आता कसा घाबरत बोलत आहे.

" तू काय मला घाबरतोस का ? असा का झालाय आवाज तुला ? ",

" हा... जरा excitement होती ना म्हणून, बाकी काही नाही. " ,

" OK ... OK .... actually, मी तुमच्या अगोदर आली आहे स्टेशनला. तुला नाही, मी सुवर्णाला बघितलं पहिल. नंतर तू दिसलास. १० मिनिटांपासून तुम्हा दोघांना पाहते आहे मी." पूजा बोलली.

" मला कसं ओळखलस ? " ," सुवर्णाच्या चेहऱ्यावर प्रश्नचिन्ह.

" तुझा एक फोटो विवेकने मला mail केला होता, तेव्हा तुला ओळखलं. " , सुवर्णाने विवेककडे पाहिलं. त्याने होकारार्थी मान हलवली. सुवर्णाला राग आला त्याचा. मला न विचारता , याने माझे फोटो तिला दाखवले. अक्कल नावाची गोष्टच नाही याच्याकडे. तिघेही तसेच उभे.

सुवर्णाच बोलली मग," काय करायचे आहे आता , नाहीतर मी घरी निघते. माझी ट्रेन येईल आता.",

" हो... हो..., चल कॉफी घेऊया. तुला आवडते ना पूजा. " ,

" आवडते, पण आता नको, ट्रेन गेली तर पुन्हा उशीर होईल घरी जायला. पुन्हा कधीतरी." विवेकचा जरा हिरमोड झाला.

" OK , No problem. तुझी ट्रेन येईल ना आता, जा तू पूजा... हि सुवर्णा देखील C.S.T. ला राहते. तुमचा छान वेळ जाईल. Bye.",

"Bye विवेक." म्हणत पूजा धावतच गेली ट्रेनसाठी. सुवर्णाने विवेकला नेहमी सारखं "Bye " केलं, त्याचं कूठे लक्ष होतं पण,तो कसल्याशा विचारात गुंतला होता. सुवर्णा त्याचाकडे पाहत होती. ट्रेन आली, एकाच ट्रेनचे तिन्ही प्रवासी. विवेक त्याच्या डब्यात चढला. पूजा आधीच जाऊन बसली होती, ladies compartment मध्ये. सुवर्णाने विवेकला डब्यात जाताना पाहिलं आणि तीही ladies compartment मध्ये आली. पूजाने सुवर्णाला " Hi " केलं. सुवर्णाने Reply दिला. आणि तिने मोबाईलचे हेडफोन कानाला लावले. तिला काही interest नव्हता , पूजाशी बोलायला. ती तिचे song's ऐकू लागली. पूजाला जरा विचित्र वाटली सुवर्णा, परंतू असते एकेकाला सवय... प्रवासात गाणी ऐकण्याची, असं स्वतःलाच म्हणत तिने दुर्लक्ष केलं तिकडे.

विवेक दादरला राहायचा. तो First class मधून प्रवास करायचा. त्यामुळे एवढी जास्त गर्दी नसायची डब्यात.तसा विवेकला गर्दीचा त्रास व्हायचा, अगदी रोज. पण आज त्याचा मूड चांगला होता. त्याला पूजा भेटली होती प्रत्यक्षात. मजा आली. विवेक मनातच हसत होता. पूजाचेच विचार त्याच्या मनात. छान मुलगी आहे एकदम. विचारसुद्धा जुळतात आमचे. मस्त मैत्री झाली आहे. friendship वरून त्याला सुवर्णाची आठवण झाली अचानक. सुवर्णाला तर विसरूनच गेलो. तिला तर Bye पण केलं नाही आपण आज. तिला काय वाटलं असेल, आणि ती काय बोलत होती रिक्ष्यात.... काही special आहे का, असं का विचारत होती ती... विवेक विचार करू लागला. त्याला आठवलं काहीतरी.आणि त्याचा सगळा मूड बदलला.

ट्रेन दादर स्टेशनला पोहोचली. विवेक स्टेशनला उतरला आणि घरी न जाता तसाच तो स्टेशनच्या पुलावर जाऊन उभा राहिला, येणाऱ्या जाणाऱ्या ट्रेन बघत. आज वारा वाहत होता. त्यात पावसाळी वातावरण. परंतू पाऊस मात्र पडणार नव्हता. काळवंडलेला आभाळ जरासं.विवेकला आठवण झाली ती त्याच्या पहिल्या प्रेमाची. कॉलेज मधलं प्रेम, ४ वर्ष ते एकत्र होते. इकडे जॉबला लागला तेव्हा सुद्धा ते एकत्र होते. छान जोडी होती दोघांची. लग्नाची गोष्ट केली तेव्हा समोर आला तो धर्म. विवेक मराठी तर ती गुजराथी होती. दोघांच्याही घरी ते चालणार नव्हतं. त्यामुळे ते relation पुढे वाढवण्यात काहीच अर्थ उरला नव्हता. विवेकला ते पटत नव्हतं. तिनेच पुढाकार घेऊन " Break-up" केला आणि ती निघून गेली. विवेकला तेव्हा खूप वाईट वाटलं होतं. ढेपाळला होता अगदी. सुवर्णाने त्यावेळी त्याला सावरायला खूप मदत केली होती. तेव्हाचं त्याने ठरवलं होतं, कि पुन्हा कधी कुणाच्या प्रेमात पडायचं नाही.

विवेक तसाच उभा होता तिथे कितीतरी वेळ. म्हणून सुवर्णा सांगत होती, जास्त गुंतू नकोस कोणामध्ये... नाहीच गुंतणार कोणामध्ये. तेव्हडा कंट्रोल आहे माझा माझ्या मनावर. Thanks सुवर्णा, मला आठवण करून दिल्याबद्दल. विवेकने मनातच सुवर्णाचे आभार मानले आणि ती घरी आला.

पुढच्या दिवशीही तसंच, सकाळपासून chatting सुरु झाली ते संध्याकाळी ऑफिस सुटेपर्यंत. सुवर्णाला ते माहित होतं म्हणून तिने विवेकला disturb नाही केलं. ऑफिस सुटलं तसे विवेक आणि सुवर्णा निघाले घरी जाण्यासाठी. गेटजवळ येऊन विवेक थांबला. सुवर्णा बोलण्याच्या नादात तशीच पुढे चालत चालत गेली. पुढे गेल्यावर विवेक बाजूला नाही बघून ती थांबली. अरे !! हा गेटजवळ काय करतोय... तिने लांबूनच विवेकला " चल " म्हणून खुणावलं. विवेकनेच तिला " इकडे ये " असा हाताने इशारा केला. वैतागतच सुवर्णा परत आली. " अबे , काय time pass करत आहेस ... चल ना. " ," थांब गं ." ," कशाला पण ? "," पूजा येते आहे." ," means ? "," अगं, तिचा आणि आपला रस्ता same आहे ना म्हणून मीच तिला बोललो कि आमच्या सोबत ये. " सुवर्णा त्याच्या बाजूला उभी राहिली. ५ मिनिटांनी पूजा आली. " Hi पूजा , कशी आहेस ? ", विवेकने विचारलं. जसे काय सकाळ पासून बोललेच नाहीत दोघे, सुवर्णा मनातल्या मनात. " Hi , मी बरी आहे, तू कसा आहेस ? "," मी पण मजेत. " ... बापरे !! यांच सुरु झालं वाटते पुन्हा. " Excuse me, मला वाटते आपण बाकीच्या गप्पा रिक्षात करूया का ? " . तसे दोघे तयार झाले. रिक्षात बसून गप्पा सुरु झाल्या ते स्टेशन येईपर्यंत. ट्रेनमध्ये गेले सगळे, आजही विवेक सुवर्णाला " Bye " करायला विसरला.

आता रोजचं ते एकत्र घरी जाऊ लागले होते. सुवर्णा , विवेक आणि पूजा. पूजाने , सुवर्णाशी मैत्री केली होती दरम्यान. परंतु त्या इतक्या बोलायच्या नाहीत, एकमेकिंसोबत. विवेक तर जाम खुश असायचा आजकाल. त्याचं वागणं update झालं होते. कपडे टापटीप झाले होते, hair style बदलली होती.

सगळं पूजा आल्यापासून. पूजा होतीच तशी मनमिळावू एकदम. शिवाय आता chatting बंद झालं होतं त्यांचं. फोन करायचे आता. शिवाय whats app तर होतंच ना. msgs चालू असायचे सारखे. सुवर्णाला राग यायचा कधी कधी पूजाचा. विवेकची "Friend" होती म्हणून ती काही बोलायची नाही तिला. विवेक तिला कमी आणि पूजाला जास्त वेळ देत होता , तिला ते आवडायचं नाही. घरी जाताना सुद्धा तेच

दोघे बोलत असायचे. सुवर्णा आपली गाणी ऐकत असायची.

काही दिवसांनी, सुवर्णाला ऑफिसच्या कामानिमित्त दिल्लीला पाठवले गेले. विवेक, पूजाबरोबर जरी बोलत असला तरी त्याला सुवर्णा जवळ हवी असायची. त्यामुळे आता ती नसल्याने त्याला खूप boring वाटत होतं. सारखी बडबड चालू असायची ना तिची, म्हणून त्याला करमत नव्हतं. काय करू... काय करू... त्याने पूजाला फोन लावला.

" Hello... पूजू " ,

" बोल... " ,

" काहीनाही असाच फोन केला. " ,

" OK, ठीक आहे. ",

" Boring झालं आहे गं. " ,

" का रे ... काय झालं " ,

" सुवर्णा नाही आहे ना इकडे, तुला बोललो होते ते. ",

" मग आता काय ? " .

" काही नाही, विचार करत होतो, बाहेर जाऊया का कॉफ्फी घेयाला ? I mean.... तुला चालत असेल तर. ",

" हो ना... आणि का नाही चालणार मला. " ,

" मग तुला सोडतील का बँक मधून लवकर ? ",

" अरे, आज शनिवार ना, नाहीतरी हाफ- डे असतो आम्हाला. भेटूया आपण. " विवेकला ते ऐकून आनंद झाला.

" चालेल , चालेल... मी निघतो थोड्यावेळाने , आणि तुझ्या बँकच्या बाहेर तुझी वाट बघतो मी.",

" चालेल... तू बाहेर आलास कि call कर. " ," OK. bye. " म्हणत विवेकने फोन कट्ट केला आणि त्याचं काम आवरायला सुरुवात केली.

थोडयावेळाने दोघे भेटले आणि एका coffee shop मध्ये गेले. रोज सुवर्णा असताना ते गप्पा मारायचे. आज दोघेच होते तरी कोणीच बोलत नव्हते. विवेकला काय बोलावं ते सुचत नव्हते. पूजा त्याच्याकडे पाहत होती. कॉफी सुद्धा आली. शेवटी न राहवून पूजानेच विषय काढला.

" तुला काही विचारू का ? ",

"हं.... हो , चालेल ना... ",

" खूप दिवस मनात राहिलं होतं माझ्या, विसरायची मी सारखी, आज आठवलं म्हणून विचारते. तुझ्या ब्लॉगचं नावं " धुक्यातलं चांदणं " अस आहे ना, मग त्याचा अर्थ काय ?... म्हणजे धुक्यात चांदणं कसं दिसू शकते ना... धुकं पहाटे असते. आणि चांदणं तर रात्री. मग " धुक्यातलं चांदणं " means ? " . विवेकला गंमत वाटली.

" तसं मला हा प्रश्न जास्त कोणी विचारत नाही आणि ज्यांनी विचारलं त्यांना , ते असंच लिहिलं आहे अस म्हणलो. आता तू माझी चांगली friend आहेस म्हणून तुला सांगतो. " ,

" सांग ना मग ",

" त्याचे actually दोन अर्थ आहेत. एकदा , जेव्हा मी लहानपणी गावाला गेलेलो ना, तेव्हाची गोष्ट आहे, गावातून फिरता फिरता हातातले २ रुपये कधी पडले ते कळलंच नाही मला. ते कितीतरी वेळ मी शोधत होतो, सापडलेच नाहीत.तेव्हा तिकडून एक साधू जात होते. त्यांनी मला विचारलं, काय शोधतोस ? मी सांगितलं त्यांना, तेव्हा ते बोलले कि , त्यापेक्षा तुझा " तारा " शोध... मला तेव्हा ते कळलं नव्हतं. मी घरी येऊन माझ्या आजीला विचारलं होतं. तिने सांगितलं कि " जशी आपली माणस असतात ना जमिनीवर, तसा आपला एक तारा असतो आभाळात. तो जर आपल्याला भेटला तर आपण खूप सुखी होऊन जातो. "...तर तेव्हा पासून मी तो तारा शोधत आहे. मी जेव्हा जेव्हा तो शोधायचा प्रयन्त करतो ना, तेव्हा तेव्हा आभाळ ढगाळलेल असते. धुक्याचं जसं आपल्याला काही दिसत नाही, अगदी तसंच काहीसं. चांदण्या रात्री म्हणजे जेव्हा चंद्र आकाशात नसतो तेव्हा आभाळ भरून येते त्याला मी " धुक्यातलं चांदणं " म्हणतो. " ,

" अच्च्या... अच्च्या, मग भेटला कि नाही तारा तुझा. " ,

" नाही अजून, पण भेटेल कधीतरी." ,

" आणि दुसरा अर्थ ? " , पूजा बोलली आणि बाहेर पावसाने सुरुवात केली. " मस्त.... पहिला पाऊस... " विवेक तसाच उठून खिडकीजवळ जाऊन उभा राहिला. पूजाही त्याच्या मागोमाग तिथे येऊन उभी राहिली.

" छान ना... मला एवढा आवडायचा नाही पाऊस पहिला... तुझा ब्लॉग वाचून तो आवडायला लागला." ,

" कधी भिजली आहेस का ,... पावसात ? ".

" नाही , भिजायला नाही आवडत, फक्त बघायला आवडतो पाऊस. "

" भिजायचं असते गं, मजा येते." ,

" तुम्हा मुलांचं ठीक असते, मुलींना कुठे तेव्हढ freedom असते. शिवाय आमच्या घरी चालत नाही अस काही.",

"अरे हो, तुझ्या घरचं विचारलंच नाही मी कधी .",

" घरी... भाऊ , आहे मोठा... आई- बाबा .",

" आणि बाबा कडक स्वभावाचे आहेत." विवेकने पूजाचं वाक्य मध्ये तोडलं.

" हो ना , तसे कडक नाहीत पण जुन्या विचारांचे आहेत. मुलांसोबत बोललेलं त्यांना आवडत नाही. " ,

" अच्च्या, म्हणून तू घरी असलीस कि फोन उचलत नाहीस ते. एवढं काय घाबरायचं त्यांना.",

" नको तरी सुद्धा, त्यांना आवडत नाही त्या गोष्टी मी नाही करत कधी.",

" OK बाबा, मग आता माझ्या सोबत आली आहेस ती. ",

" त्यांना माहित नाही म्हणून." विवेकला हसायला आलं. ते बघून पूजाने त्याच्या पाठीवर दोन-तीन चापट्या मारल्या. " गप रे ." विवेक हसत होता, मग तीही हसायला लागली. बाहेर पाऊस कोसळत होता.

" किती छान पाऊस आहे." ,

" तुला आवडतो ना पाऊस खूप.",

" खूप... जो गंध येतो ना मातीचा, तो माझ्या शरीरात भिनला कि वेडा होतो मी. भिजलो कि मन शांत होते माझं. पण एक मजा असते पावसात भिजण्याची. लोकं बघत असतात , हसत असतात. त्यांना कुठे ठाऊक , पावसात काय असते ते.",

" काय ? " ,

"पावसात खूप गोष्टी असतात, प्रत्येकाने ठरवायचं असते... कि कोसळणाऱ्या पावसातून काय घ्यायचं स्वतः साठी, आठवणी कि अनुभव... " दोघेही पावसाकडे पाहत होते,

" किती छान बोलतोस रे तू , मला नाही येत असं बोलता.",

" छान बोलायला कशाला पाहिजे ? तू आहेसच छान. ", पूजा लाजली.

" गप काहीही बोलतोस.".

"काहीही का... खर ते खर... मला वाटलं म्हणून बोललो.",

" हो का ... बर ... चल निघूया का घरी " ,

" हो... नाहीतर तुझ्या घरी राग येईल कोणाला तरी. " ,

"बघ... मस्करी करतोस ना. " ," sorry... असंच गं. ", पूजाने smile दिली हलकीशी. coffee shop मधून बाहेर आले दोघेही. पाऊस अजूनही पडत होता. पूजाला आठवण झाली. " अरे... तू दुसरा अर्थ सांगितला नाहीस." विवेकने शांत नजरेने पूजाकडे पाहिलं.

" तू कधी कोणावर प्रेम केलं आहेस का ? " ,

" नाही , आणि कुणाच्या प्रेमात सुद्धा पडायचं नाही मला. " ,

" का ? " ,

" त्या गोष्टींवर माझा विश्वास नाही आणि घरचे सांगतील त्याच्यासोबत मी लग्न करणार आहे. मग उगाच कोणाच्या प्रेमात कशाला पडायचं? " पूजा बोलली. विवेक हसला.

" तू जर कोणावर प्रेम केलं असतंस ना , तर तुला दुसरा अर्थ कळला असता. " ,.

" तो कसा ? " ,

" प्रेमसुद्धा तसंच असते... धुक्यातल्या चांदण्या सारखं. समोर असलं तरी कधी स्पष्ट दिसत नाही . आणि दिसते तेव्हा ते खूप दूर असते , त्या चांदण्यासारखं . " विवेक पावसाकडे पाहत म्हणाला,

" चल निघूया.",

" चालेल.",

" तू जा घरी. मी जरा पहिल्या पावसाचा आनंद घेतो." ,

" अरे पण सामान आहे तुझं , ते भिजेल ना.",

" काहीच tension नाही, सगळ waterproof आहे , मी सोडलो तर. तू जा .... Bye " म्हणत विवेक पावसात चालत गेला , भिजायला. पूजा त्याच्याकडे पाहत होती कधीची. तो गेला पुढे भिजत , तरी पूजा तशीच उभी अजून त्याला पाहत.

पूजा घरी आली. आणि विचार करू लागली. पाऊस थांबला होता, ती तिच्या बाल्कनीत उभी होती. खरंच , आपला तारा असतो का आकाशात ? तिने वर पाहिलं. आभाळात अजूनही ढग होते. विवेक बोलला तसं, " धुक्यातल चांदणं " ... आणि दुसरा अर्थ काय बोलला तो , प्रेम केलं असतंस तर कळलं असत , म्हणाला. म्हणजे विवेकने कोणावर प्रेम केलं होतं का ? त्याला विचारूया का ... नको ... राहू दे. आता नको. मी पण कोणावर प्रेम केल नाही का कधी. स्वतःलाच प्रश्न केला तिने. पूजाला सुद्धा एक मुलगा आवडायचा. परंतु तिने ते "नात" मैत्री पुढे जाऊ दिलं नाही कधी. घरी तसं चालणार नाही म्हणून. खरंच , आपण प्रेम काय आहे ते विसरून गेलो आहोत कि मी मुद्धाम समजून घेत नाही. पूजा विचारात गढून गेली.

अजून दोन दिवस गेले. सुवर्णा अजूनही मुंबईला आली नव्हती. आज सुट्टीचा दिवस, रविवार. त्यात पावसाळा सुरु झालेला. मग विवेकने कॅमेरा घेतला आणि तयारी केली निघायची. तेवढयात त्याचा मोबाईल वाजला.... पूजाचा फोन... कमाल आहे. त्याने उचलला...

" शुभ प्रभात पूजू... आज कशी काय आठवण झाली माझी. तीही सुट्टीच्या दिवशी, सकाळी ७.३० ला, ते सुद्धा घरून. " ,

" हो का... गप." ,

" ठीक आहे . बसतो गप्प.",

" गप... बोल सरळ." विवेकला हसू आलं.

" अगं, तू घरी असलीस कि कधी call करत नाहीस ना. म्हणून जरा मस्करी केली. बोल. काय काम होतं madam चं. ",

" तसं काही नाही. असाच लावला call, तुझा आवाज ऐकायचा होता म्हणून. " ,

" अरे बापरे !! " आणि विवेक हसायला लागला.

" हसतोस काय असा ? " ,

" नाही , काही नाही असंच. हसायला आलं जरा.... बर.... आज घरातून कसा फोन केलास ? ... तुझे बाबा ओरडतील ना तुला. " ,

" गप्प रे, माझ्या बाबांना काय वेड लागलाय, सारखं ओरडायला. ...अरे, ते सगळे म्हणजे भाऊ, आई , बाबा... सकाळीच फिरायला गेले.",

" मग तू का नाही गेलीस ? " ,

  " मला नाही आवडत पावसात फिरायला. " ,

  " OK " ,

  " तू काय करतो आहेस ? ",

  " तेच... जे तुला आवडत नाही ते ." ,

  " म्हणजे ? ",

  " मी चाललो आहे , बाहेर ... फोटोग्राफीसाठी." ,

  " wow !! फोटोग्राफी मला सुद्धा आवडते. " ,

  " मग येतेस का माझ्या सोबत. " ,

  " नको... पाऊस आला तर. " ,

  " आज नाही येणार. " ,

  " तुला काय पावसाने सांगितलं आहे वाटते. " ,

  " मला कळते पावसाबद्दल थोडाफार. म्हणून बोललो तुला ",

  " आणि आला तर... " ,

  " नाही येणार बोललो ना... विश्वास ठेव." पूजा पुढे काही बोलली नाही.

  " Hello .... पूजा .... येते आहेस का... नाहीतर मी निघतो. " ,

  " शी... बाबा, तू विचारसुद्धा करू देत नाहीस. थांब.... येते मी. " , विवेक आनंदला. " ये लवकर... दादर स्टेशनला वाट पाहतो आहे मी. "

पूजा आली स्टेशनला. विवेक तर तयारीतच होता.

  " बंर लवकर आलीस. मला वाटलं कि एक - दोन तास तरी येत नाहीस. " ,

  " आणि असं का वाटलं तुला ? " ,

  " मुलींना वेळ लागतो ना तयारी करायला म्हणून. " , पूजाने त्याच्या पोटात गुच्च्या मारला.

  " बाकीच्या मुलींना लागत असतील , दोन - तीन तास , मला नाही . कळलं. ", बोलता बोलता विवेकने तिचा फोटो काढला पटकन.

  " माझेच फोटो काढणार आहेस का ? ".

  "जमल तर काढणार ना . " ,

  " OK . छान. आता कुठे जायचे आहे.",

" कर्नाळा... " ,

" नावं ऐकलं आहे मी... " ,

" पक्षी अभयारण्य आहे." ,

" चल जाऊया पटकन. " दोघे निघाले. वेळेवर पोहोचले.

" छान वाटते इकडे. ",

" मस्त आहे ठिकाण...मी येतो इकडे पाऊस सुरु झाला कि. " ,

" हो का ... बर. " ,

" तुला तुझ्याबद्दल एक गोष्ट माहित आहे का ? " ,

" कोणती रे ? " ,

" तू दोन शब्द जास्त बोलतेस , बोलताना. ' हो का ' आणि ' बर '. " ,

" हो का. " , " बघ बोललीस ना." विवेक हसत म्हणाला. पूजाही हसली.

दोघेही फिरत फिरत , फोटोग्राफी करत खूप आत मध्ये आले. गप्पा तर चालूच होत्या.

" तुला काय आवडते रे एवढं इकडे ? " ,

" थोडावेळ थांब जरा.... दाखवतो तुला. " ,

" काय... आणि तू काय रोज फिरत असतोस का ? ",

" रोज म्हणजे कधी वेळ मिळेल तेव्हा. रविवारचा तर बाहेरच असतो मी. " ,

" एकटाच ... ? " ,

" एकटा नाही... आम्ही दोघे. " .

" दोघे ? " ,

" मी आणि कॅमेरा " ,

" तू ना खरंच वेडा आहे . " ,

" तुला आता कळलं का... माझी आई ना मला कधी कधी वेडा म्हणूनच हाक मारते. " ,

"चांगल आहे , आईंना पण माहित आहे ते. " पूजा हसत म्हणाली.

" हा निसर्ग आहे ना... त्याने मला वेडा केलं आहे लहानपणापासून. म्हणून बाहेर फिरत असतो मी. शिवाय कधी घरी लवकर गेलो ना, तर घरापासून थोडयाच अंतरावर समुद्र आहे... तिकडे जाऊन बसतो मग.

छान वाटते.... तू फिरतेस का कधी ? " .

" नाही रे. आज पहिल्यांदा मी कोणाबरोबर बाहेर फिरायला आले आहे ." .

" म्हणजे ' Date' वर आली आहेस माझ्याबरोबर . " ,

" गप रे ... काहीही. " , पूजा लाजत म्हणाली.

" त्यात काय लाजायचं ? " ,

" आमच्या घरी चालत नाही असं " ," बर बाबा... " विवेक बोलला आणि बोलता बोलता थांबला.

" एक गोष्ट करशील का ? ",विवेक पूजाला बोलला .

" कोणती ? " ,

" तुला डोळे बंद करून चालता येते का ? " ,

" तू तरी चालशील का.... काही सुद्धा बोलतोस ... आणि इकडे पडायला नाही होणार का, डोळे बंद करून चाललं तर. " ,

" पण पुढे जायचे असेल तर तुला डोळे बंद करून यावं लागेल... surprise आहे.",

" मी चालू कशी पण... " ,

" माझा हात पकडून चाल. " ,

" नको. " ,

" का नको ? " ,

" नको, माझ्या घरी आवडणार नाही ते. " ,

" अगं, पण त्यांना कसं कळणार आहे , तू माझा हात पकडलास ते. "

,

" तरी सुद्धा नको. ",

" OK, ठीक आहे. तुला मी बाहेर सोडतो, तिथून तू घरी जा. मी थांबतो इथे. " विवेक नाराज झाला.

" Sorry , राग आला का तुला ? " ,

" राग कशाला येणार ? आणि मला राग नाही येत कधी. तुझं सुद्धा बरोबर आहे. मी तसा अनोळखी आहे तसा तुझासाठी. मी उगाच जबरदस्ती करत होतो." विवेक हळू आवाजात म्हणाला.

" Sorry ना, एवढं काय मनाला लावून घेतोस... चल जाऊया आपण, मी करते डोळे बंद... पण हात सोडू नकोस हा, नाहीतर पडेन मी. " ,

" एकदा हात पकडून तर बघ... कधीच नाही सोडणार, विश्वास ठेव माझ्यावर. " पूजा हसून त्याचाकडे पाहत होती.

तिने डोळे मिटले आणि विवेकच्या हातात हात दिला. पहिल्यांदा ती कोणा मुलाच्या हाताला स्पर्श करत होती. त्याच्या हाताचा उबदारपणा तिला जाणवला. एक थंड लहर तिच्या पूर्ण शरीरातून फिरली. वेगळाच अनुभव. विवेकने ही तिचा हात घट्ट पकडला होता. त्यालाही जरा वेगळा अनुभव आला. तरी त्याने तिचा हात सोडला नाही आणि पूजाला घेऊन तो एका उंच जागी आला. हळूच तिचा हात सोडला. " विवेक ... विवेक.... ये गोलू... कूठे आहेस... सोडलास ना हात... ", पूजाचे डोळे अजूनही मिटलेलेच होते. " मी तुझ्या पाठीशीच आहे... फक्त आता काही बोलू नकोस... पहिली शांत हो... दीर्घ श्वास घे आणि हळू हळू डोळे उघड. "

पूजा शांत झाली. दीर्घ श्वास घेतला आणि हलकेसे डोळे उघडले. हळू हळू तिच्या डोळ्यासमोर हिरवा रंग पसरत जात होता. समोर झाडेच झाडे हिरवीगार, वरती निळाशार आभाळ, थंड वारा.... पूजा वेडीच झाली ते पाहून. " WOW !!! " पूजा ओरडली. विवेक हळूच तिच्या बाजूला येऊन उभा राहिला. पूजाच्या नजरेतला आनंद त्याला दिसत होता. पूजाही सगळं कसं डोळ्यात भरून घेत होती. एक थंड हवेचा झोत आला , तसा तिने विवेकचा हात गच्च पकडला. विवेकला ते अपेक्षित नव्हतं. पूजा तशीच त्याचा हात पकडून होती, विवेकच्या अंगावर शहारा उठला.

थोडयावेळाने पूजा भानावर आली. " खाली बसूया का ? " पूजाने विचारलं. तसे दोघे तिथेच बसले.

" तुला काय सांगू विवेक ... एवढा हिरवा रंग मी पहिल्यांदा पाहत आहे... आणि हे आभाळ ... इतकं मोठ्ठ असते, ते आज कळते आहे मला.... मला .... मला ना... शब्दच नाही आहेत माझ्याकडे आज. " ,

" तू विचारलं होतंस ना... एवढं काय आवडते, उत्तर मिळालं का ? " ,

" हो... नक्कीच मिळालं. " ,

" हा निसर्ग आहे ना, तो विविधतेने भरलेला आहे. आपल्याला तो वेगळेपणा असा शोधावा लागतो. " विवेक छान बोलत होता आणि पूजा ऐकत होती.

" तुला भीती नाही वाटत का , इकडे एकटा येतोस ते ? " ,

" एकटा नसतो मी...हि झाडं आहेत ना , ते माझे मित्र आहेत... त्यांच्याशी मी बोलत असतो, तेही मग माझ्याशी बोलतात. " ,

" खरंच बोलतात का ? " ,

" बोलतात ... मनातून आणि मनापासून बोललं कि बोलतात ती. ऐकायचं असेल ना तर आताही ते काहीतरी सांगत असतील. ऐक... " आणि दोघेही शांत बसून निसर्गाकडे पाहत बसले.

खूप वेळानंतर, विवेक बोलला," चला madam , निघूया आता. ",

" एवढया लवकर, थांब ना जरा... " ,

" पूजू... ४.३० वाजले आहेत. तुला घरी नाही जायचे का ? ",

" अरे... एवढा वेळ झाला...!! कळलंच नाही मला. चालेल निघूया आता. " तसे दोघे निघाले आणि थोड्यावेळात स्टेशनला पोहोचले. निघायची वेळ झाली.

" छान वेळ गेला ना... " ,

" आणि तू घाबरत होतीस. पाऊस येईल म्हणून. " ,

" हा पण आता नाही घाबरणार , पुन्हा कधी गेलास तर मला सांग, मी येईन. " ,

" हो का ... आणि बाबांना काय सांगशील ? ",

" त्यांना सांगीन काहीतरी. पण बोलावशील ना मला... असशील ना माझ्यासोबत. " विवेक हसला,

" हो... next time पासून , तुला नेईन माझ्याबरोबर नेहमी. " ,

" Thanks ... गोलू, खरंच ... आजचा दिवस किती छान होता... ",

" पुढचे दिवससुद्धा असेच असतील. " पूजाही खुश होती.

" बर... आता तू जा घरी, ट्रेन येते आहे. मी थोडयावेळाने निघेन. ",

" चालेल... Bye विवेक... उद्या भेटू ... ऑफिस नंतर. " पूजा गेली ट्रेन मधून. विवेक तर जाम खुश होता. अरे... हो, घरी सांगतो, जरा उशीर होईल म्हणून. त्याने त्याच्या Bag मधून मोबाईल बाहेर काढला.

बघतो तर १५ miss call , सुवर्णाचे.... बापरे !!. सुवर्णाला तर विसरूनच गेलो. सकाळी पूजा स्टेशनला भेटली तेव्हा bag मध्ये टाकला मोबाईल , तो दिवसभर बाहेरच काढला नाही. एवढं हरवून गेलो होतो आपण, कि मोबाईल किती वेळ वाजला असेल त्याची शुद्धच नाही राहिली. त्याने लगेच सुवर्णाला call लावला. तिने तो उचललाच नाही. राग आला असेल तिला. आपण Friend ला कसे विसरलो आज ? अस पहिलं कधी झालं नाही. मग आज काय झालं आपल्याला ... विवेक तिथे न थांबता , आलेल्या ट्रेनमध्ये चढला.

दुसऱ्या दिवशी, विवेक ऑफिसमध्ये आला तेव्हा त्याला सुवर्णा आलेली दिसली. अरे... बापरे ... म्हणजे हि काल आली मुंबईला , म्हणून call करत असणार ती. विवेक आता आला तशी सुवर्णा , Boss च्या कॅबिनमध्ये गेलेली. विवेक गप्पपणे कामाला लागला. सुवर्णा कॅबिन मधून बाहेर आली आणि तिची नजर विवेकवर पडली. हातातली फाईल तिने विवेकच्या डोक्यावर मारली. " काय रे गधड्या... किती call करायचे तुला... एकदाही उचलता नाही आला तुला ." ,

" आणि मी नंतर call केला तेव्हा तू कूठे उचललास .", विवेक डोकं चोळत म्हणाला.

" मला राग आला होता तेव्हा... " ,

" Sorry.... कधी आलीस मुंबईत ? ",

" काल सकाळी ६ वाजता. वेळ होता आणि तुला भेटले सुद्धा नाही खूप दिवस म्हणून तुला भेटायला येणार होते. तर तू call उचलला नाहीस." विवेक हसला फक्त.

" का उचलला नाहीस call ? कूठे होतास ? " ,

" अगं ... बाहेर फिरत होतो ... फोटोग्राफी... " ,

" मग call का नाही उचललास ? आधी कुठे फिरायला गेलास तरी असं नाही केलंस कधी. ",

" लक्षात नाही राहिलं. " ,

" कोण होतं सोबत ? " विवेक गप्प.

" आता सांगतोस का ? " ,

" पूजा होती बरोबर... " . पुजाचं नावं ऐकल आणि सुवर्णा त्याच्याकडे बघत राहिली, काहीही न बोलता. तशीच गुपचूप जाऊन बसली जागेवर. विवेकला काय झालं ते कळलं नाही. आता तर ओरडत होती, गप्प का झाली अचानक. विवेक सुवर्णाच्या बाजूला जाऊन बसला.

" ये पागल... राग आला का ? ",

" मला कशाला राग येईल... ",

" पूजाला सोबत घेऊन गेलो म्हणून ... ",

" कोणासोबत जायचे आणि कोणाला नाही सांगायचे, ते तुझ्यावर आहे. मी कोण आहे सांगणारी. " ,

" Come on ... सुवर्णा, अशी का वागतेस... एक दिवस तर गेलो ना... " ,

" जा ना मग, मी बोलले तर तुला वेळ नसतो ... आणि आता पूजा आली तर... " ,

" सुवर्णा .... तुला काय झालं आहे ? माझी Best friend आहेस ना तू ",

" Best friend ... मी आठवडाभर नव्हते मुंबईत... एकदातरी call करावासा वाटला का तुला... मी केला तर तू बिझी असायचास... म्हणे Best friend... " ,

" Sorry बाबा, चल आज जाऊया फिरायला... ",

" तूच जा एकटा... मला नाही यायचं... " ,

" काय गं... अशी करतेस... sorry म्हटलं ना... " . सुवर्णाचा काहीच response नाही. विवेक हिरमुसला आणि कामाला लागला.

Lunch time झाला. विवेकच्या चेहऱ्यासमोर एक डब्बा आला. सुवर्णाने त्याच्यासमोर डब्बा धरला होता.

" आता कशाला ... रागावली आहेस ना माझ्यावर... " विवेक बोलला.

" गप्पपणे खा... तुझ्यासाठी आणलं आहे. आणि जास्त नाटकं करू नकोस. मला पण भूक लागली आहे. समजलं ना. " विवेक हसला आणि दोघेही जेवू लागले.

" काय रे ... ती पूजा... तुला कधीपासून ओळखते. ती असताना माझी आठवणच राहत नाही तुला. ",

" असं काही नाही गं. " ,

" मग कसं ? ".

" अगं ती बोलायला लागली ना... कि कसं छान वाटते एकदम... मस्त... हसली कि गालावरची खळी बघायला पाहिजे तू... एकदम हरवून जातो मी." सुवर्णा जेवता जेवता थांबली.

" काय झालं ? ",

" तुझ्या मनात काही आहे का पूजा बाबत. " विवेकने smile दिली फक्त.

" पागल... तू कशी friend आहेस, तशी तीही माझी friend च आहे." ,

" नाही ... इतकी स्तुती करतोस तिची. ",

" कसं माहितेय , पहिली अशी कोणी मुलगी भेटलीच नाही मला कधी. same to same अगदी... माझंच प्रतिबिंब आहे ती. त्यामुळे मला आवडते ती खूप." ,

" आवडते कि प्रेमात आहेस तिच्या. " विवेकने तिच्या डोक्यावर टपली मारली.

" फक्त आवडते ती... आवडणे आणि प्रेमात असणे यात खूप फरक आहे. " ,

" आणि तो फरक खूप लहान असतो , ते तुलाही चांगलं माहित आहे ... विवेक. ". सुवर्णा बोलली.

" Thanks सुवर्णा, पण मी पुन्हा कोणाच्या प्रेमात नाही पडणार कधी. " ," OK " सुवर्णा बोलली. जेवण झालं तशी सुवर्णा पुन्हा बॉस बरोबर मिटिंगला गेली.

निघायची वेळ झाली ऑफिस मधून. विवेक तर कधीच बाहेर पडला होता. आज विवेक फिरायला घेऊन जात आहे, म्हणून सुवर्णा निघताना खुश होती. तिला जरा वेळ लागला निघताना. गेट जवळ पोहोचली ती धावतच, विवेक नव्हताच तिथे... ती बाहेर रस्त्यावर आली... तेव्हा तिला पूजा आणि विवेक पुढे चालत जाताना दिसले. कालच्या गप्पा चालू होत्या त्यांच्या. सुवर्णाला जरा वाईट वाटलं. तिने तिथूनच रिक्षा पकडली आणि ती स्टेशनला गेली. ते दोघे बोलत बोलत स्टेशनला आले. पूजा ट्रेन

पकडून गेली तशी विवेकला सुवर्णाची आठवण झाली. विसरलो... तिला घेऊन बाहेर जायचे होते... त्याने लगेच तिला call लावला. तिने कट्ट केला. पुन्हा लावला, पुन्हा कट्ट. विवेक नाराज झाला स्वतःवर.

रात्री त्याने सुवर्णाला call केला. यावेळी तिने उचलला.

" Hello... " ,

" Hello... सुवर्णा... Sorry यार. विसरलो मी पुन्हा. " ,

" Sorry का बोलतोस सारखं सारखं... " ,

" तुला राग आला ना माझा. " ,

" नाही. " सुवर्णा शांतपणे म्हणाली.

" मग call का नाही घेतलास माझा. " ,

" असंच. ". विवेक पुढे काही बोलला नाही.

" विवेक, तू गुंतत चालला आहेस पुन्हा. ",

" नाही गं पूजा... ",

" विवेक... मी सुवर्णा आहे. पूजा नाही. " विवेक बावरला.

" Sorry... Sorry, चुकून नावं आलं तोंडावर. " ,

" बघ विवेक, तू तुझ्या मनावर कंट्रोल आहे असं म्हणतोस आणि आता हे... " विवेक काही बोलला नाही.

" मी एक मैत्रीण म्हणून सांगितलं तुला... बाकी तुझ्या मनावर आहे " म्हणत तिने call कट्ट केला. विवेक तसाच गच्चीवर आला. आज तशी अमावस्या होती. परंतु पावसाळा असल्याने आभाळ थोडं ढगाळलेलं होते. खरंच का... आपण गुंतंत चाललो आहे का पूजात... नाही... माझा कंट्रोल आहे मनावर. तसं नाही होणार कधी. मला पुन्हा प्रेम नको आहे कोणाचं. नाहीच पडणार प्रेमात... मग सुवर्णा असं का बोलते... मस्त थंड हवा आली, विवेकने वर पाहिलं... पाऊस तर नाही पडणार आज.... आज धुकं मात्र राहील आकाशात... आणि खूप साऱ्या चांदण्या चमकत असतील स्वतंत्रपणे, चंद्र नाही म्हणून. आज आपला " तारा " नाहीच दिसणार पुन्हा.... धुकं दाटलाय म्हणून ... पुन्हा एकदा " धुक्यातलं चांदणं " ....

==

पुढचे २ दिवस , विवेक आणि पाऊस... दोघेही गायब. सुवर्णा त्याला call करत होती त्याला. तर मोबाईल switch off... कूठे गेला हा माणूस... शी बाबा !! काय करायचे याचे आता. सुवर्णा ऑफिसमध्ये बसून विचार करत होती. पूजाला विचारायचे का ? तिला काही contact केला असेल तर त्याने.... अरे हो... २ दिवस ती तरी कुठे दिसली. हे दोघे , पुन्हा फिरायला गेले कि काय ?... नसतील. कसला विचार करते मी. पण हा गेला कुठे नक्की. सुवर्णाचं लक्ष कुठे होतं कामात.

संध्याकाळी, सुवर्णा ऑफिस मधून निघाली. पोहोचली स्टेशनला. ट्रेनमध्ये बसणार तेवढयात तिला आठवलं काहीतरी.... पूजू , त्या विवेकची सवय लागली. पूजा आली तर बघते, म्हणत ती थांबली तिथेच. १० मिनिटं झाली तरी पूजा आली नव्हती. कूठे गेली हि बया... नाहीतर गेली असेल ती, स्वतःशीच म्हणत सुवर्णा आलेल्या ट्रेनमध्ये बसली. ट्रेन सुरु झाली आणि पूजा धावतच ट्रेन मध्ये चढली. अरे , हि तर आत्ताच आली... पूजानेही सुवर्णाला पाहिलं. सुवर्णाच्या शेजारी जागा रिकामी होती. तशी ट्रेन सुद्धा रिकामीच होती. पूजा पुढे जाऊन बसली एकटीच. एव्हाना , सुवर्णाने कानात headphones लावेल होते, पूजाला बघताच तिने ते काढून ठेवले. तिला वाटलं पूजा येईल बोलायला.

कमाल आहे, हि तर पुढे जाऊन बसली. माझ्यासोबत बोलायचं नसेल तिला. असू दे ना मग, मी का जाऊ बोलायला... विवेक असला कि कशी चिमणी सारखी बोलत असते.आणि आता बघा... जाऊ दे ... मी नाही बोलणार. सुवर्णा पुन्हा song's ऐकायला लागली. परंतु विवेकचा विचार तिच्या मनात आला. निदान विवेकसाठी तरी तिच्यासोबत बोलावं लागेल. Headphones काढले आणि तिने Bag मध्ये ठेवले. पूजा एकटीच बसली होती पुढे... सुवर्णा गेली तिच्याजवळ.

" Hi... पूजा ", पूजाने दचकून पाहिलं. तिला ते नवल वाटलं. " Hi..." ," मी बसू का इकडे ? ", सुवर्णाने विचारलं. " हो ना... बस कि, विचारायचं की त्यात." सुवर्णा तिच्या समोरच बसली. दोघीही शांत. पूजा खिडकी बाहेर बघत होती आणि सुवर्णा पूजाकडे. खरंच... छान दिसते हि... विवेक छान वर्णन करतो.... काळेभोर केस, चंद्रासारखी नितळ कांती, गुलाबासारखा चेहरा , पाणीदार डोळे आणि वेडं लावणारी गालावरची

खळी... सुवर्णा आज पहिल्यांदा तिला निरखून बघत होती. खरंच , विवेक बोलला ते बरोबर.... कोणालाही प्रेम होईल तिला बघूनच...अरे , आपण सुद्धा गुंतून गेलो... जे विचारायचे तेच विसरून गेलो.

" तुला विवेकचा call आलेला का ? ".

" नाही गं... आणि Actually... मीच तुला विचारणार होते, कि विवेक दिसलाच नाही त्याबद्दल. आणि मीही उशिरा निघाली २ दिवस. म्हणून तुझी भेट झाली नाही. तो ऑफिसला सुद्धा येत नाही का... ? "

अरेच्या... !! हिला पण विवेक बद्दल माहिती नाही. कमाल आहे... " नाही गं, ऑफिसलाही नाही आला ना तो... तूही २ दिवस दिसली नाहीस. मला वाटले , दोघे परत... " सुवर्णा बोलता बोलता थांबली. पूजा ऐकत होती सगळं. पण काही reaction नाही दिली तिने. ती पुन्हा खिडकी बाहेर पाहू लागली.... पुन्हा शांतता. सुवर्णाच बोलली मग.

" पूजा , हे बघ... मला उगाचच गोष्ट फिरवून फिरवून विचारायची सवय नाही म्हणून direct विचारते तुला. " ," बरं.... काय विचारायचे आहे ? ".

" विवेक तुला आवडतो का ? " ,

" हो... आवडतो. " ,

" आवडतो म्हणजे नक्की काय ? ", पूजा तिच्याकडे बघत राहिली.

" OK, sorry... जरा personal आहे ते, तरी मला जाणून घ्यायचं होतं.... तुम्ही फक्त Friends आहात कि त्याच्याही पुढे ... ? " पूजा हसायला लागली.

" त्यात हसायचं काय ... " ,

" नाही... तू विवेकची किती काळजी करतेस.... त्याने मला सांगितलं होतं तुझ्याबद्दल... आता प्रत्यक्षात दिसते आहे ते म्हणून हसायला आलं. " ,

" नाही गं... तो कसा आहे ते फक्त मलाच माहित आहे म्हणून तुला मी तुमच्या नात्याबद्दल विचारलं. sorry once again " ,

" काही नाही गं... आणि फक्त friends आहोत, घट्ट मैत्री. दुसरी कोणती गोष्ट नाही आमच्यात. " ते ऐकून सुवर्णा जरा शांत झाली. " आणि तुझं नात ? " पूजाने उलट प्रश्न केला. " same here ... " ," OK "

पूजा बोलली.

" काय सांगत होता विवेक माझ्याबद्दल ? ",

"हो... बर, सांगत होता Best Friend आहे माझी सुवर्णा. तिच्यावाचून करमत नाही. तिच्या Lunch Box मधला खाल्याशिवाय पोट भरत नाही. मनाने चांगली, असं काय काय सांगत होता. ",

" बस्स !! एव्वढंच सांगितलं त्याने माझ्याबद्दल." ,

" तसं नाही गं, खूप बोलत असतो तो तुझ्याबद्दल. In fact,रिक्ष्यात तेव्हा तू songs ऐकत असतेस ना तेव्हा तो तुझ्याबद्दलच सांगत असतो. ",

" काय सांगतो ? ".

" खूप चांगली Friendship आहे बोलला तो तुझ्याशी. तुला सकाळी बघितल्याशिवाय त्याला चैन पडत नाही. बोलल्याशिवाय, तुला चिडवल्याशिवाय करमत नाही.... मस्करी मुद्दाम करतो म्हणाला, तुला राग आला कि त्याला आवडतो तो. कितीही भूक लागलेली असली तरी, तुझ्यासाठी थांबून राहतो. तुझ्या हातचं जेवण त्याला आवडते.... त्याला नेहमी तू त्याला सोबतच रहावसं वाटते. खूप प्रेम करतो तो तुझ्यावर... खरंच... Friendship असावी तर अशी... ".

सुवर्णाला बरं वाटलं. विवेक किती विचार करतो आपल्याबद्दल. मी त्याला काय काय बोलत असते कधीकधी. त्याला ओळखूच शकले नाही मी. सुवर्णा मनातल्या मनात नाचत होती. विवेक आपल्याबद्दल विचार करतो काहीतरी. .... Thanks विवेक. सुवर्णा एकटीच हसत होती. " Hello ... सुवर्णा..." पूजाने हाक मारली. सुवर्णा भानावर आली.

" काय झालं गं सुवर्णा ? " ,

" काही नाही... बरं वाटलं पण विवेकने कधी मला या गोष्टी सांगितल्या नाहीत... " पूजा हसली.

"तो थोडीच तुझ्या गोष्टी तुला सांगेल.",

" हो ... ते पण आहेच. " सुवर्णा आनंदात होती, सुवर्णाचा मूड चांगला झाला होता. ते पाहून पूजाने विवेकबद्दल विचारायचे ठरवले.

" सुवर्णा विचारू का तुला ? ".

"काय ? " ,

" विवेक बद्दल.... " ,

" काय विचारायचे आहे विवेकबद्दल ? ".

"तसं नाही गं... त्याचा स्वभाव कसा आहे ते कळत नाही. तू आता खूप वर्ष त्याच्या सोबत आहेस म्हणून तुला विचारावेसे वाटते.",

" OK , ठीक आहे. सांगते. " एक मोठा श्वास घेतला सुवर्णाने.

" विवेक ना.... जरासा शहाणा आणि खूप सारा वेडा आहे. तो जरी शांत असलाना तरी त्याचं मन चंचल आहे. पण एक आहे, त्याच्या सारखा दुसरा कोणी भेटणार नाही. काय काय करतो ते माहितच आहे तुला. आणि तुला त्याने ते सांगितलं आहे. आता तर Famous सुद्धा झाला आहे तो.",

" हो... ते तर माहित आहे मला. " ,

" कुठल्याही गोष्टीला नाही म्हणत नाही. सगळ्यांना मदत करायला पुढे असतो. ओळखीचा वा अनोळखी... कोणालाही मदत करतो, निस्वार्थ मनाने. आणि एक , त्याला कुणाचं मन दुखवता येत नाही, त्याचं कोणी दुखवलं तरी...",

" म्हणजे ? " ,

" म्हणजे काही नाही.",

" OK ". पूजा बोलली.

" मी सहजच विचारलं... त्याने एक-दोनदा विषय काढला होता. त्यानेच बंद केला मग." ,

" बरं केलं त्याने... " ,

" त्याचं काही प्रेम वगैरे होतं का कुणावर ? " पूजाने सुवर्णाला विचारलं. सुवर्णा काहीही न बोलता खिडकी बाहेर बघत राहिली. ५ मिनिटे गेली असतील. सुवर्णाने उत्तर नाही दिलं. पूजाने पुन्हा विचारलं नाही तिला.

" OK, ठीक आहे सांगते. पण त्याला बोलू नकोस यातलं काही. " ,

" Promise " ,

" त्याचं होतं प्रेम एका मुलीवर.... ' मानसी ' नावं होतं तिचं. त्याच्याबरोबर कॉलेजमध्ये होती ती. तेव्हा पासून ते एकत्र होते.आणि छान जोडी होती दोघांची.",

" मग पुढे ",

" पुढे आता, मी जेव्हा इकडे Join झाले तेव्हासुद्धा ते एकत्र होते. तसा काही प्रोब्लेम नव्हता. परंतु दोघांचे धर्म वेगळे होते, हा मराठी तर ती गुजराती. विवेकच्या घराच माहित नाही, पण तिच्या घरी विरोध होता लग्नाला. विवेकने तरी खूप प्रयन्त केला, काही फायदा झाला नाही पण. तिनेच मग विवेकशी सगळे संबंध तोडून टाकले. ",

" बापरे !! मग विवेक... ",

" विवेकचं काय होणार.... निराश झालेला. Depression मध्ये गेलेला तो. जवळपास ५ वर्ष एकत्र होते ना ते. आणि अचानक ती सोडून गेली... कसं ना, लगेच निघून गेली ती.... एकटा झालेला अगदी, कामात लक्ष नाही... बोलायचं नाही.... हसायचा नाही, धड जेवायचा सुद्धा नाही. कसा झाला होता तो.... वाईट वाटायचं खूप. ",

" मग ... ",

" त्याला मनोपचार डॉक्टरकडे घेऊन गेली होती मी,६ महिने तो treatment घेत होता, तेव्हा कूठे पहिल्यासारखं वागू लागला. खूप काळजी घेतली म्हणून तो आता सारखा आहे. " ,

" बरं झालं , तू होतीस ते... ",

" तसं नाही गं... त्यानेही स्वतःला खूप कंट्रोल केलं मग. त्याला बाकी कसलं व्यसन नाही, एकच आहे ते म्हणजे माणसात गुंतायचं. त्याचा स्वभावाचं तसा आहे. तो लगेच गुंतत जातो कोणातही.... आताही तुझ्यात.....", सुवर्णा थांबली

पूजाने काही response नाही दिला त्यावर. सुवर्णाच बोलली, "Sorry, पण मला वाटलं तसं... ",

" It's OK, माझ्यात आणि विवेकमध्ये फक्त आणि फक्त Friendshipच नात राहील, याची काळजी घेईन मी.",

" ते ठीक आहे. तरी सुद्धा एक सांगते. तो जेव्हा डॉक्टरकडे treatment घेत होता ना , तेव्हा डॉक्टर सांगायचे, याची खूप काळजी घ्यावी लागेल. त्याला दुखवू नका ... त्याच्या घरच्यांचं माहित नाही मला... त्याने घरचा कधी विषय काढला नाही. पण मी खूप काळजी घ्यायची त्याची, आजही घेते. तो आता बरा झाला आहे पण डॉक्टरने

सांगितलं कि त्याला पुन्हा कधी depression मध्ये जाऊ देऊ नका... त्याचं मन खूप कमजोर आहे. त्याला परत धक्का सहन होणार नाही. त्याने तो एकटा पडण्याची खुप मोठी शक्यता आहे. " पूजा सगळं मन लावून ऐकत होती.

" आता हे सगळं तुला का सांगत आहे ,त्याचं कारण पण ऐक. " तो पहिल्यापासूनच मन मोकळा आहे. तरी अजून मी त्याला नीटसं ओळखलं नाही. खूप गोष्टी तो मनातच लपवून ठेवतो. तू येण्याअगोदरचा विवेक आणि नंतरचा विवेक, खूप वेगळा आहे. तो पहिल्यासुद्धा आनंदी असायचा पण आता जास्त खुश असतो, पहिल्यापेक्षा. तुझाच परिणाम आहे तो. आणि आजकाल चांगलं लिहायला पण लागलाय. तू त्याचा मोबाईल बघितला आहेस का कधी ? "
,

"नाही... का गं ",

" तुझा फोटो आहे मोबाईलवर आणि ऑफिसच्या PC वर सुद्धा. कोणी विचारलं तर सांगतो , माझी जवळची Friend आहे. याचा अर्थ माहित आहे.",

" काय ?" ,

" तो पुन्हा गुंतत चालला आहे. मला तीच भीती वाटते आहे.",

" पण मी त्याला तसं कधी बोलले नाही, प्रेमाने वगैरे." ,

" तो भोळा आहे गं. मानसी सोडून गेल्यानंतर त्याने खूप कंट्रोल केलं आहे मनावर. अजूनही आहे म्हणतो कंट्रोल. मला नाही वाटत तसं." ,

" तरीपण मी नाही गुंतणार त्याच्यात, आपोआप कसं गुंतणार ना कोणी..... ".

दोघींचंही आता स्टेशन आलं होतं. सुवर्णा उठली. तिने bag मधून मोबाईलचे headphones काढले.

" हे बघ...मी काही त्याच्यासारखी लेखक, कवी नाही. त्याच्यासारखं बोलायला पण जमत नाही मला. तरी सांगते, मघाशी तुझ्याबरोबर बोलायचे होते म्हणून हे headphones नीट ठेवले होते bag मध्ये. कितीही नीट ठेवले तरी ते आपोआप गुंतत जातात स्वतःमध्ये. मग सोडवताना किती तारांबळ उडते आपली.... तसंच मन असते. विवेकचही

तसंच आहे. आपोआप गुंतत जातो तो, मग त्यातून बाहेर बाहेर पडताना स्वतःलाच त्रास करून घेतो." स्टेशन आलं तश्या दोघी गाडीतून उतरल्या. पूजा गप्पगप्प होती. सुवर्णाला कळलं ते.

" Hey पूजा, मी काही बोलली असेन तर मनावर घेऊ नकोस. मी straightforward आहे जरा. फक्त विवेकची काळजी वाटली म्हणून बोलली.चल.... Bye. " म्हणत सुवर्णा झपझप निघून गेली. पूजा स्टेशनवरच रेंगाळत राहिली.

पुढचा दिवस, सकाळपासून पाऊस धो-धो कोसळत होता. सुवर्णा तर वैतागली होती. काय झालंय याला आज, दोन दिवस तर नव्हता.... आज कुठून उगवला कोण जाणे... ? घरातून स्टेशनला पोहोचेपर्यंत ती अर्धी भिजली होती. स्टेशनपासून ऑफिसला जाईपर्यंत पूर्ण भिजली ती. समोरचं दिसत नव्हतं इतका पाऊस होता. सुवर्णा कशीबशी स्वतःला सावरत चालत होती. ऑफिसच्या बाहेर आली तेव्हा तिला समोरून विवेक येताना दिसला. असाच चालत होता तो. ना छत्री ... ना रेनकोट... भिजत येत होता. तशीच धावत ती त्याच्याजवळ गेली. आणि त्याच्या डोक्यावर छत्री धरली.

" अगं,... वेडी आहेस का तू .... भिजशील ना... ",

" हो... आणि तू काय superman आहेस... तू भिजत नाही आहेस का... " ,

" अरे... मला आवडते भिजायला.....",

" मूर्ख... stupid , ... सर्दी , ताप होईल ना तुला... अक्कल आहे ना जरा. " ,

" ठीक आहे माझी आई... नाही भिजत." , म्हणत विवेक ऑफिसमध्ये घुसला पटकन, तश्याच ओल्या कपडयात.

" श्शी !!... कसा माणूस आहेस रे तू... आता असाच बसणार आहेस का ऑफिसमध्ये.... ",

" हो... ",

" ऑफिस काय तुझ्या काकांचं आहे कि माझ्या ? असाच बसणार असशील ना तर आत्ताच घरी जा परत. मला असा घाणेरडेपणा आवडत नाही.", सुवर्णा रागात बोलली. विवेक हसायला लागला. ते पाहून

सुवर्णाला अजून राग आला. त्याच्या पाठीत एक धपाटा मारत ती बोलली,

" हसतोस काय रे... ? ",

" अगं... माझे एक जोडी कपडे असतात ऑफिसमध्ये. आता जाऊन बदलून येतो. आणि तुला राग आला कि मला खूप आवडते म्हणून हसलो.", सुवर्णा रागातच होती, तरी तिला हसू आलं. " जा.... पटकन change करून ये. " म्हणत सुवर्णा ऑफिसच्या आत आली.

१० मिनिटांनी विवेक आला जागेवर. " सही एकदम.... मस्त ना बाहेरचं वातावरण झालं आहे एकदम अगदी.... अजून जावेसे वाटते बाहेर पावसात..... आलो हा मी लगेच...." म्हणत विवेक पुन्हा बाहेर जायला निघाला.

" बस खाली...अजिबात बाहेर जायचे नाही.... " विवेक खाली बसला.

" काय गं... ओरडतेस... ४ महिने तर असतो ना पाऊस... जरा गेलं तर काय झालं... ",

" अरे... कमाल आहे तुझी. आत्ताच आलास ना भिजून आणि लगेच बाहेर जायचे आहे तुला पावसात.... गप्पपणे बस खाली." विवेक शांतपणे आलेला चहा पिऊ लागला. PC चालू केला त्याने. सुवर्णाचं कामं सुरु होतं.

" तुला आवडत नाही तर बाकीच्यांना पण आवडत नाही का ? ",विवेक हळू आवाजात पुटपुटला.

" ऐकलं हा मी... काय बोललास ते. " सुवर्णा वळून बोलली.

" अजून महिना संपला नाही, आताच सुरु झाला आहे. अजून ३ महिने तरी कोसळणार आहे ना तो... मग आताच कशाला जायचे आहे तुला.", विवेकने चुपचाप चहाचा कप रिकामा केला.

" आणि २ दिवस कूठे होतास रे तू... काही पद्धत वगैरे आहे कि नाही सांगायची.... परत फोन बंद तुझा. नाहीतर out of range... कसं कळणार रे... ",

" असचं गं.... काही special नव्हतं.",

" हा... पण कूठे होतास तू... ? त्या... तुझ्या पुजुला विचारलं काल... तर तिला सुद्धा माहित नाही... ",

" हो... सकाळी आला होता call तिचा, घरातून निघताना... सांगितलं मी... " ,

" बरं... तिलाच सांग हो... तुझ्या गोष्टी, तीच जवळ आहे ना आता तुला... मर तिकडे... " सुवर्णा रागात म्हणाली आणि कामाला लागली.

विवेकने त्यावर काही response नाही दिला. सुवर्णाला राग आला होता तरी तिनेच विवेकला हाक मारली. " आता सांगतोस का ? " म्हणत तिने त्याच्या खांद्यावर चापट मारली. " आ.... " , विवेकला दुखलं काहीतरी. सुवर्णाला लगेच कळलं ते. " काय रे ... काय झालं " , विवेक तसाच खांदा पकडून बसला होता.

" Sorry हा..." त्याच्या बाजूला येऊन बसली. " सांग ना... काय लागलं... ? " सुवर्णाने काकूळतीने विचारलं. " काही नाही गं, पडलो ना जरा... त्याची सुज आली आहे खांद्याला..",

" डॉक्टरकडे गेलास कि नाही ?... आणि पावसात कशाला भिजायचे मग.",

" असचं गं... ",

"२ दिवस म्हणून आला नाहीस का... ?", विवेक फक्त हसला.

" सांगतोस का आता ... ",

" हा... हा, थांब जरा... त्या दिवशी सकाळी ऑफिसला येताना , एका आजींना गाडीतच चक्कर आली. लगेच त्यांना उतरवलं, तसाच सोडून येऊ शकत नव्हतो. त्यांना विचारलं तर त्या राहणाऱ्या पुण्याच्या... मुलगा आधीच गेलेला पुण्याला. मग त्यांना मी पुण्याला घेऊन गेलो.",

" अरे, मग मला सांगता नाही आलं का तुला आणि खांद्याला कसं लागलं ? ",

" कसं सांगू तुला... तिकडे पुण्यात range येत नव्हती.... त्यात आजींना सोडून मुंबईला येत होतो तर एका ठिकाणी धडपडलो आणि पडलो... तेव्हा लागलं." सुवर्णाला ते पटलं नाही.

" खरं सांग... काय लागलं ". विवेक थोडावेळ गप्प राहिला, नंतर बोलला.

" पुण्याला १ दिवस थांबलो त्या आजींकडे. निघताना, एक लहान मुलगा, रस्ता ओलांडत होता... एकटाच. धावतच गेला ट्राफिकमधे....

त्याच्यामागून मी धावलो. त्याला बाजूला केला मी.... आणि माझ्या खांद्याला धडक बसली गाडीची.",

"अगं आई गं.... " सुवर्णाच्या डोळ्यात टचकन पाणी आलं.

तशीच ती उठून चेहरा धुवायला गेली. विवेकला माहित होतं तसं होणार ते. सुवर्णा विवेकसाठी खूप हळवी होती. थोडयावेळाने सुवर्णा जागेवर आली.

" बघ... म्हणून तुला सांगत नव्हतो, तुझं असं असते मग. " ,

" तुला तुझी काळजी नसेल... मला आहे.",

" हो गं, माहित आहे मला... आता बस... रडू नकोस , पागल. " विवेक हसत म्हणाला. सुवर्णा थांबली रडायची. " तुला काय मिळते रे सगळ्यांना मदत करून... " विवेकने smile दिली.

" बघावं तेव्हा कूणाला तरी मदत करत असतोस..... कधी त्या रस्त्यावरच्या मुलांना खाऊ वाटत असतोस, कधी कूणाला घरी सोडायला जातोस... पुण्याला गेलास अगदी... आणि त्या मुलाला वाचवताना तुझ्या जीवाला धोका होता ना... तरीसुद्धा " विवेकने सुवर्णाच वाक्य मधेच तोडलं...

" काय आहे ना... दुसऱ्यांसाठी जगायला मला जास्त आवडते. त्यांना झालेला आनंद बघून मन भरून येते, छान वाटते. " ,

" तू ना... खरंच वेडा आहेस. " सुवर्णाने त्याच्या डोक्यात टपली मारली.

छान दिवस गेला दोघांचा ऑफिसमधे. दोन दिवसांच्या गप्पा मारत , काम करत दिवस संपला. निघायची वेळ झाली.

" सुवर्णा ... ",

" काय रे ? " ,

" पूजाला सांगू नकोस, मला लागलं आहे ते.",

" म्हणजे तू तिला सांगितलं नाहीस.",

" बाकीचं सांगितलं , हे नाही सांगितलं. ",

" OK, ठीक आहे. " . पूजाही आली ५ मिनिटांत.

" अरे... कूठे होतास तू गोलू... किती काळजी वाटत होती मला. " म्हणत पूजाने त्याला मिठी मारली. तसा विवेक कळवळला. तरी त्याने

तोंडातून आवाज काढला नाही. सुवर्णाला मात्र दुखलं ते.

" call का नाही केलास ? पुण्याला गेलेलास ना... मी पण आले असते. " ,

"अगं , तिकडे फिरायला गेला नव्हता तो, त्या आजींना सोडायला गेला होता." पूजा हसली उगाचच. ,

"हसलीस कशाला गं ? ", विवेकने विचारलं.

" मस्करी केली तुझी आणि सुवर्णाला ते कळलं नाही म्हणून. " सुवर्णाला राग आला तिचा पण तिने दाखवलं नाही.

" चला आता. घरी जायचे का ? ", सुवर्णा बोलली.

"थांब ना विवेक ...दोन दिवस बोललोच नाही आपण. सकाळी सुद्धा फोनवर जास्त बोलला नाहीस तू... थांब ना.". अरे... विवेकला आरामाची गरज आहे. लागलं आहे त्याला. सांगूया का हिला.... सांगतेच. सुवर्णा पूजाला सांगणार, इतक्यात विवेकच बोलला.

" आज नको हा पूजू... दमलो आहे ना मी. उद्या बोलूया... ",

" ठीक आहे पण उद्या नक्की ना... ",

"नक्की... Promise." विवेक बोलला तशी पूजा खूष झाली आणि एकत्र ते निघाले घरी जाण्यासाठी.

अशीच त्यांची मैत्री वाढत जात होती. पावसानेसुद्धा छान जम बसवला होता. जवळपास रोजचं पाऊस यायचा, विवेकच्या भेटीला. विवेकला प्रत्येक वेळेस भिजायचं असायचं, परंतु सुवर्णाने तिची शप्पत घातली असल्याने तो नाही जायचा, निदान थोडेदिवस तरी. त्यांची जखम आता भरत आली होती. सुवर्णा तर रोज त्याच्या मागे लागून औषध घ्यायला लावायची. पावसात भिजायला जाऊ नये म्हणून त्याच्या सोबत रहायची, निदान स्टेशनपर्यंत तरी. पूजाला यातलं काही माहित नव्हतं. पूजा फक्त त्यांच्या friendship च्या विचारात गढून गेलेली असायची.

एवढया वर्षांमध्ये, तिला असा कोणी पहिला मित्र भेटला होता जो तिची एवढी काळजी करायचा. शिवाय विवेक होता हि चांगला माणूस. कधी बाहेर फिरायला गेले कि तिला त्याचा सारखा अनुभव यायचा. कोणालाही सदैव मदत करण्यात तो पुढे असायचा. शिवाय तिला एकदा

बरं नव्हतं तेव्हा त्याने किती वेळा तिला विचारलं होतं... औषध घेतलीस कि नाही, डॉक्टर कडे जा... पूजाच्या मनात एक वेगळी जागा निर्माण होत होती. कधी पाऊस सुरु झाला कि तिला विवेकचीच आठवण यायची. मग त्याचं ते पावसात लहान मुलासारखं भिजणं आठवलं कि एकटीच हसत रहायची. त्याने लिहिलेल्या कविता पुन्हा पुन्हा वाचत रहायची. हळू हळू पाऊस आणि विवेक , दोन्ही तिला आवडू लागलेले.

तिकडे सुवर्णा , तिच्या मनाची सारखी घालमेल होत होती. विवेक तिला विसरला नव्हता तरी पूजा आणि विवेकचं वाढत नातं, त्याचं तिला tension होतं. त्या दोघांमध्ये नक्की मैत्रीच आहे ना, यात तिला आता संशय वाटू लागला होता. दर रविवारी , एकटाच फिरणारा विवेक ... आता पूजाला घेऊन जायचा त्याच्या फोटोग्राफी साठी. अर्थात सुवर्णाला जंगलात , त्या झाडा-झुडुपात काही इंटरेस्ट नव्हता. पण पूजा त्याच्याबरोबर जाते म्हणून तिला आवडायचं नाही ते. विवेक बोलताना नेहमी पूजाचाच विषय असायचा, शिवाय तिचे call असायचे एक-दोनदा दिवसातून. फोनवर बोलायचे , chatting बंद झालेली असली तरी घरी जाताना ते दोघेच बोलत असायचे रिक्ष्यामध्ये. आणि आता विवेक तिला जाताना "Bye" करायचंही विसरला होता. तिची जागा आता पूजाने घेतली, असा समज सुवर्णाला झाला होता. त्याचं कधी कधी वाईट वाटायचं तिला.

पुढच्या दोन आठवडयात विवेक एकदम ठीक झाला. पुण्यावरून आला त्यादिवशी तो पावसात भिजला तेवढाच, त्यानंतर सुवर्णाने त्याला भिजायला दिलं नव्हतं. आज सुट्टीचा दिवस, त्यात बाहेर मस्तपैकी पाऊस धरलेला. त्याने सकाळीच पूजाला call लावला,

" पुजुडी.... " ,

" काय रे... काय झालं... लाडात आला आहेस वाटते आज. " ,

" असंच पुजुडी.",

" बरं.... ठीक आहे मग. " ,

" पुजुडी... बाहेर बघ. काय मस्त वातावरण झालं आहे ना. " ,

" मग... plan काय आहे गोलूचा ? ",

" चल ना, येतेस का फिरायला ... ",

" नको , बघ किती पाऊस आहे बाहेर.",

" अगं ... हाच तर मौसम असतो भिजायचा. ",

"हो का.... नको, मला नाही भिजायचं. सर्दी होईल, ताप येईल." विवेक हसायला लागला.

" हसतोस काय माकडा ? " ,

" किती... किती माणसाने घाबरायचे पावसाला... " ,

" हो... का, बंर.... कूठे जायचे आहे फिरायला ? ",

" तू दादर स्टेशनला ये... तिथून तुला घेऊन जातो मी.",

" OK, पण कूठे लांब नको हा... मला नाही भिजायचे पावसात. ",

" OK बाबा .... तू ये तरी. "

पूजा आली स्टेशनला. विवेक तिची वाट बघत होता.

" चल जाऊया.",

" कूठे सांग पहिलं, तरच जाऊ. ",

"इकडेच... ",

"इकडेच कूठे ?",

" पुन्हा कर्नाळाला जाऊया. " ,

" नको बाबा... आज नको तिथे... पाऊस आहे आज. " विवेक थोडासा नाराज झाला.

" मूड ऑफ केलास माझा. काय मस्त मूडमध्ये होतो मी.... ",

" अरे पाऊस आहे म्हणून बोलले मी, मला नाही भिजायचं.", विवेक तरी गप्पच.

" Sorry" विवेक गप्प.

" Sorry बोलले ना आता. ठीक आहे, आज मी तुला माझ्या आवडीच्या ठिकाणी घेऊन जाते.",

"कूठे ?",

" चल जाऊया. " , म्हणत पूजाने त्याचा हात पकडला आणि ओढतच घेऊन गेली त्याला. लवकरच पोहोचले ते, पूजाच्या आवडीच्या जागी.

" अरे ... हे तर हॉटेल आहे. हे तुझं आवडीचं ठिकाण आहे का ? काहीपण हा पुजू... " विवेक हसला.

" तेच तर... तुझी आवड वेगळी, माझी वेगळी.",

" अरे पण यात काय आवडण्यासारखं... हॉटेल तर आहे.इथे फक्त नास्ता करायला यायचं नाहीतर जेवायला.... बस्स. फोटोग्राफीसाठी नाही. " ,

"कसं असते ना... प्रत्येक ठिकाणी निसर्ग नसतो आपल्यासोबत, तेव्हा हा पर्याय असतो." बोलत बोलत ते हॉटेलमध्ये शिरले. तेव्हा हॉटेल मालकाने पूजाला हाक मारली.

" कैसी हो पूजा बेटी... बहुत दिनो बाद आयी हो. ",

" हा चाचा... काम से फुरसत नाही मिलती ना.... ",

" हा ... हा , ठीक हैं, तूम बैठो... मै कॉफी भेज देता हुं.",

" चाचा , दो कप और मस्का पाव भी भेज देना. " विवेक आश्चर्याने दोघांकडे बघत होता.

" चल बसुया. " पूजा जाऊन बसलीही जागेवर.

" ते कसे ओळखतात तुला ?",

" मी इथे येते कधीतरी.",

" एकटीच कि कोणी असतो... " विवेक बोलता बोलता मधेच थांबला. पूजा गालातच हसली.

" माकडा... मी फक्त तुझ्या सोबतच फिरते हा , कोणी नसतो माझ्याबरोबर. कळलं का गोलू. " विवेक सुद्धा हसला.

" हे ना, माझ्या आवडीच ठिकाण आहे आणि हा टेबल सुद्धा माझाच आहे." ,

" तुझ्या नावावर आहे का ?".

"असंच समज काहीसं... मी जेव्हा येते ना इथे, तेव्हा इकडेच बसते मी. ",

"आणि काय एवढं special आहे या टेबलावर. ",

" थांब हा जरा." पूजाने मागे बघितलं. आणि तिथे टेबल पुसणाऱ्या एकाला बोलावलं.

" काका... हि खिडकी open करा ना , प्लीज. ",

"अरे , पूजा ताई... खूप दिवसांनी आलात. उघडतो हा खिडकी." म्हणत त्यांनी खिडकी उघडली.

" तुला बघायचे आहे ना special काय आहे ते, हे बघ." विवेकने खिडकी बाहेर पाहिलं.

WOW !! समोर अथांग समुद्र पसरलेला होता, marine lines चा.(marine lines म्हणजे मुंबईमधले एक ओळखीचे ठिकाण.) superb एकदम. विवेक तसा जायचा marine lines ला. पण पावसाळ्यात कधी तो गेला नव्हता तिथे आणि आताचा देखावा तर तो पहिल्यांदा पाहत होता. वेडाच झाला तो. पटापट त्याने ५-६ फोटो काढले. काय सीन आहे यार !! विवेक तर अजूनही तसाच उभा होता.

" Excuse me sir, कॉफी आली तुमची. " पूजा त्याला चिडवत म्हणाली.

" हं... हो... हो, घेतो. "म्हणत विवेक बसला खुर्चीवर. बसूनसुद्धा तो बाहेरच पाहत होता.

" काय मग, विवेक साहेब... आहे कि नाही हि जागा special." ,

" special ? awesome आहे एकदम यार... thanks पूजू. " ,

" अरे, thanks काय त्यात... ",

" मग मला हि जागा माहित नव्हती पहिली. मस्त वाटते गं इथे. " ,

" हो ना , म्हणून मी इथे येऊन बसते. मस्त कॉफी पीत बसायचं, त्या समुद्राकडे पाहत. छान वाटते एकदम. " त्यात बाहेरचं वातावरण पावसाळी. छान थंड हवा येत होती खिडकीतून. वर आकाशात ढगांची गर्दी होऊ लागली होती. पूजाची कॉफी संपली तरी विवेकची कॉफी अजून संपतच होती. पूजा त्याच्याकडे पाहत होती आणि विवेक खिडकीबाहेर.

" काय साहेब... आज काय इथेच बसायचे आहे का... ",

" थांब गं... जरा. " आणि हॉटेल मालकाने रेडीओ चालू केला.

बाहेर पावसाने " सॉलिड " वातावरण बनवलं होतं. " १० मिनिटात सुरुवात होईल बहुतेक. ",विवेक स्वतःशीच पुटपुटला.

" ह्या... जसं काही कळतेच तुला पावसाचं... ",

"बर... बघ , १० मिनिटाचा time लाव. " , पूजा घाबरली.

" चल मग निघू... पाऊस येण्याअगोदर. " ,

" थांब गं... " विवेकने तिला बळजबरीने खाली बसवलं. १० मिनिटांनी बरोबर पावसाने सुरुवात केली. तेव्हाच रेडीओवर song सुरु

झालं. " रिमझिम गिरे सावन, सुलग सुलग जाये मन,भीगे आज इस मौसम में, लगी कैसी ये अगन.... ". विवेक तर आता खिडकीपाशी जाऊन उभा राहिला, पाऊस बघत. त्याचे केस येणाऱ्या वाऱ्यासोबत उडत होते. गोड हसत होता तो. बाहेर रिमझिम पाऊस. कुंद वातावरण आणि रेडीओवर लागलेलं गाणं. romantic वातावरण झालं होतं. हवेचा थंड झोत खिडकीतून आत शिरला. पूजाच्या अंगावर शहारा आला.विवेककडेच पाहत होती ती, जणूकाही तिच्या मनातच पाऊस पडत होता आता.

" चल बाहेर जाऊ... ", विवेकच्या बोलण्याने पूजा जागी झाली.

" नाही. आता नको... भिजणार सगळे आपण. " ,

" चल न्या... किती मस्का लावावा लागतो तुला." ,

" हो का.... लाव अजून मस्का." पूजा हसत म्हणाली.

" ठीक आहे, आपण जाऊ घरी. taxi करून जाऊ, पण त्यासाठी तरी खालीच जावं लागणार ना... taxi काय वर येऊ शकत नाही , हॉटेलमध्ये. " पूजा जरा नाखूष होऊन जागेवरून उठली.

दोघेही खाली आले. सुट्टीचा दिवस, त्यात सकाळचे १०.३० वाजले होते. आणि सोबतीला पाऊस. रस्त्यावर एकही taxi नव्हती. पाऊस तर मस्तच पडत होता. " चल विवेक, आपण पुन्हा वर जाऊया. " पूजा बोलली. विवेकने काही reply नाही दिला. तो तर पावसाकडे पाहत होता. " विवेक .... विवेक... " पूजा त्याला हाक मारत होती. विवेक तर कधीच पुढे गेलेला पावसात, चालत चालत. डोळे बंद करून तो पावसात उभा राहिला होता. पूजा तशीच हॉटेलच्या दारापाशी उभी होती. विवेक पावसात भिजत होता, आनंद घेत होता. थोड्याच वेळात पावसाने जोरदार सुरुवात केली. विवेक आता उगाचच पावसात उड्या मारत होता, आजूबाजूला साचलेलं पाणी उडवत होता. त्याला पाहून आजूबाजूला भिजणारी लहान मुलं त्याच्या बरोबर येऊन नाचू लागली. पूजाला तर हसू आलं. कसा लहान मुलासारखा खेळत आहे पावसात. छान... पुजाकडे हातवारे करून विवेक तिला बाहेर बोलावत होता, भिजायला. पूजा कसली बाहेर जातेय. ती तिथेच उभी राहून विवेकला पाहत होती.

आता तर पावसाने अजूनच काळोख केला होता. सोबतीला वारा होताच. फेसाळलेल्या लाटा काठावर धडकत होत्या. वर आकाशात ढगांचा गडगडाट होतं होता, विजांचा कडकडाट होतं होता. जणू काही विजांनी ढगांभोवती फेर धरून नृत्याला सुरुवात केली होती. सगळ्या रस्त्यांचे छोटया नदीत रुपांतर झाले होते. झाडं येणाऱ्या वाऱ्याबरोबर झुलत होती.पूजा सगळं पाहत होती. कोणी पावसापासून वाचण्यासाठी धावत होतं, धावताना धडपडत होतं. कोणी उगाचच मुद्दाम धडपडत होतं, जोडीदाराने सावरण्यासाठी. हातात हात देताना कोणी लाजत होतं, कोणी विजेच्या आवाजाचा बहाणा करून दुसऱ्याच्या मिठीत जात होतं. कोणी जोडप्याने पावसाचा आस्वाद घेत, मक्याच्या कणीसांवर, कांद्या भज्यावर ताव मारत होतं. तर कोणी एकटाच छत्रीत उभा राहून त्या पावसात हरवलेले क्षण शोधत होतं. आणि या सर्वांमध्ये विवेक, त्या मुलांसोबत नाचत होता. एक जोरदार सर आली, त्याच्यासोबत वारा... पूजा आत उभी असली तरी तिच्या गोबऱ्या गालांवर पावसाचे थेंब उडाले.

थंड... एकदम थंड. पूजाच्या अंगावर रोमांच उठले. वेगळचं मनात आलं तिच्या काही. खरंच, पावसाला आपण किती लांब ठेवलं ना... नको आता. मलाही भिजायचे आहे. विवेकसारखं... मनसोक्त, विवेक तर पावसात बिझी होता. पूजाने त्याच्याकडे पाहिलं. त्याचं लक्ष नव्हतंच. पूजाने तिचं सामान तिथेच ठेवलं. हात पुढे केला तिने... थंडगार... पावसाचा स्पर्श. तसं काही पावसाला ती पहिल्यांदा अनुभवत नव्हती,आज काहीतरी वेगळं होतं.पाऊस तर नेहमीचाच होता, परंतु आज प्रेम बरसत होतं, पावसाच्या रुपात. पूजा हळूच बाहेर आली दरवाजातून. विवेक सारखे तिनेही डोळे मिटून घेतले आणि पावसात तल्लीन झाली ती.

व्वा !! किती सुरेख वाटतं पावसात. पूजाने डोळे उघडले. मन अगदी धुवून गेल्यासारखं वाटते. मनातला राग, द्वेष, दुःख, अडचणी, tension.... वाहून जातात पावसात.इतकी वर्ष आपण हा आनंद, आपल्यापासून लांब ठेवला होता. Thanks विवेक... तुझ्यामुळे मला हा आनंद मिळत आहे. Thanks.... पूजा हात पसरून, स्वतः भोवतीच गिरक्या घेत होती. विवेकचं लक्ष तिच्याकडे गेलं. अरे... हि कधी आली

बाहेर... चक्क भिजायला... विवेकला हसायला आलं.

पूजा तशीच गिरक्या घेत होती. विवेक हळूच तिच्यासमोर येऊन उभा राहिला. किती वेळ तो तिच्याकडे पाहत होता, " पूजू... " विवेक हळूच आवाजात बोलला. पूजा थांबली जागेवर. विवेकला बघून छान हसली ती,

" काय madam, पाऊस नको ...पाऊस नको ...म्हणणारी पूजा कूठे गेली.",

" ती पूजा ना... तिच्या घरी गेली. " पूजा हसत म्हणाली.

" असं का... मग मीही जातो घरी.",

"का रे ? ",

" मी त्या पुजूला ओळखतो... तुम्हाला नाही madam.",

" हो का... " पूजाने चापटी मारली विवेकला.

" चल... खेळूया पावसात. " ,

" माकडा... मी काय लहान आहे, पावसात खेळायला.",

" पावसात खेळायला वय लागत नाही, वेळ असावा लागतो. चल पकड मला." म्हणत विवेक पळाला सुद्धा. पुजालाही मज्जा वाटली. ती त्याला पकडायला धावली.

आणि पूजा-विवेकचा खेळ सुरु झाला भर पावसात. वेड्यासारखे दोघे धावत होते. समोर येणाऱ्या जोडप्यांना धडकत होते, मधेच येणाऱ्या छत्र्याना आपटत होते. धावताना एकमेकांच्या अंगावर पाणी उडवत होते. छान एकदम. कितीतरी जोडपी, त्यांच्याकडे कुतूहलाने पाहत होते. हसत होते. पण त्यांचं फक्त आणि फक्त पावसाकडेच लक्ष होतं. एव्हाना ते धावत धावत खूप पुढे आले होते. विवेकने मागे वळून पाहिलं. पूजा लांब राहिली होती. विवेक थांबला. तशी पूजाही थांबली. आणि जागेवरच पुन्हा गिरक्या घेऊ लागली. विवेक तसाच तिला बघत उभा राहिला.

जिथे पूजा-विवेकचा खेळ सुरु होता, तिथे समोरच एका हॉटेलमध्ये सुवर्णा तिच्या मैत्रिणी बरोबर नास्ता करायला आली होती. तिला हॉटेलमध्ये येऊन १ तास झाला होता. पाऊस कधी थांबतोय याकडे तिचं लक्ष होतं.

" शी... यार, काय हा पाऊसपण. एवढा सुट्टीचा दिवस, बाहेर पडले तर सुरुवात केली याने." , सुवर्णा तिच्या मैत्रिणीला सांगत होती.

" होतो गं कधी कधी जास्त पाऊस. आणि आता तर त्याचे दिवस आहेत पडण्याचे... मग तो पडणारच ना... ",

"हो. पडू दे ना मग. मी कूठे थांबवलं आहे त्याला. पण मी घरी गेल्यावर पड म्हणावं." सुवर्णा आता वैतागली होती.

" चल यार... हा काय थांबणार नाही. निघूया आपण." ,"नको... मी थांबते जरा वेळ... छान वातावरण झालं आहे. तू पण थांब. ","नको... मी जाते, Bye... " म्हणत सुवर्णा निघाली.

हॉटेलच्या बाहेर आली ती. taxi साठी इकडे-तिकडे बघत होती ती. शट्ट !! एकही taxi नाही. आज भिजणार बहुदा मी... सुवर्णा स्वतःशीच गप्पा मारत होती. तेव्हा तिला समोर कोणीतरी भिजताना दिसलं... काय मंद आहे तो मुलगा.... भिजतोय पावसात, मग सर्दी, ताप... डॉक्टरकडे पळापळ.... कोणी सांगितलं आहे एवढं करायला..... स्वतःशीच हसली ती. taxi काही येत नव्हती. तिचं लक्ष राहून राहून त्या मुलाकडे जात होत. ओळखीचा आहे का... मग मला का असं वाटतंय... तिने निरखून पाहिलं.

विवेक !! अरे ... हो, विवेकच आहे तो. हा काय करतोय इथे... भिजायला इथे आला, एवढया लांब... कमाल आहे याची हा... सुवर्णाला विवेकला पाहून आनंद झाला. विवेकला तिला भेटायचं होतं, मध्ये पाऊस होता ना. " विवेक.... ये विवेक..." सुवर्णा त्याला मोठयाने हाक मारत होती.विवेकच लक्ष नव्हतं. कूठे लक्ष आहे याचं.... ये विवेक... नाहीच बघत इकडे... आणि हा सारखा समोर कूठे बघतो आहे... सुवर्णाने विवेक बघत असलेल्या दिशेने पाहिलं... एक मुलगी पावसात गिरक्या घेत होती. तिलाही निरखून पाहिलं सुवर्णाने... " पूजा !! " , म्हणजे पूजासुद्धा आहे इकडे... दोघे एकत्र भिजत आहेत पावसात. थोडयावेळाने विवेक पूजाजवळ गेला आणि पुन्हा ते एकमेकांवर पाणी उडवू लागले. सुवर्णाला ते दृश्य पाहून वाईट वाटलं. आपली जागा पूजाने घेतली बहुदा... सुवर्णाच्या डोळ्यात पाणी जमा झालं. तितक्यात समोर taxi येऊन थांबली. सुवर्णा त्यात बसली. जाता जाता त्या दोघांकडे

एक नजर टाकली. नंतर तिला त्यांच्याकडे बघताच आलं नाही... पाणी साचलेलं ना डोळ्यात.

खूप वेळ झाला होता, पूजा आणि विवेक दोघेही दमलेले होते आता. पाऊस मात्र तसाच पडत होता अजून.

" बस... झालं आता पूजा... " विवेक बोलला.

" थांब रे... इतक्या वर्षात पहिल्यांदा मी भिजली पावसात. भिजू तर दे मला.",

"घरी नाही जायचे का तुम्हाला... " घरंच नाव काढलं तेव्हा तिला घरची आठवण झाली.

" हो रे .... विसरली मी, आणि आता कसं जाणार घरी. स्टेशन तर लांब आहे.",

" taxi ने जा घरी... ",

"माकडा ... भिजली आहे मी... taxi वाला घेणार का गाडीत.... ",

" घेणार ना... " विवेकने हात करून एक taxi थांबवली. नशीब पटकन भेटली.

" ओ... taxi वाले... हिची छत्री हरवली म्हणून हि भिजली आहे. जरा घरी सोडता का तिला.... " ते ऐकून taxi निघून गेली. पूजा कसली हसायला लागली.

" म्हणे... नेईल घरी. आणि माझं सामान त्या हॉटेलमध्ये आहे, ते कोण घेऊन येणार... ",

" अरे... हो, विसरलो मी. चल जाऊया. " म्हणत पूजा आणि विवेक चालत चालत निघाले. विजा अजूनही चमकत होत्या. पूजाने हळूच विवेकचा हात पकडला. विवेकला छान वाटलं ते...

हॉटेलमध्ये आले ते. एक taxi बाहेरच उभी होती. तो तयार झाला, पूजाला घरी सोडण्यासाठी. तिने तिचं सामान ठेवलं taxi मध्ये.

" चल विवेक... आणि thanks ",

" thanks कशाला ?.",

"या क्षणासाठी... जो आतापर्यंत मी कधी अनुभवला नव्हता. thank you very much." पूजाने विवेकला मिठी मारली. अनपेक्षित होतं ते, विवेकसाठी. त्यानेही तिला मिठीत घेतलं. " चल Bye गोलू... thanks again... I love rain, love you गोलू.... " म्हणत पूजा taxi मध्ये बसली आणि निघाली.

विवेकला हे नवीन होतं... पूजा आपल्या प्रेमात आहे कि आपण तिच्यावर प्रेम करू लागलो आहे, विवेकला गोड प्रश्न पडला. तेव्हाचं... " कडकडाट्ट.... " विजेचा जोरदार आवाज झाला. विवेकने वर आकाशात पाहिलं. बापरे !!! नक्कीच कूठेतरी पडली असेल... पावसाचा जोर अजून वाढत जात होता. सकाळचे ११.३० झाले तरी अजून काळोखच होता. निघायला पाहिजे आता, म्हणत विवेक निघाला आणि पुन्हा वीज चमकली.... लख्ख प्रकाश, विवेकच्या मनात कससं झालं. डोळे दिपून गेले अगदी. पूजाची taxi अजूनही विवेकला दिसत होती. तिकडे नजर टाकून विवेक वळला, पुन्हा विजेचा कडकडाट...आणि त्याच्यासमोर बघतो तर....

" मानसी !! " , विवेक तसाच स्तब्ध होऊन तिला पाहत राहिला. विवेकचं पहिलं प्रेम, जिच्यासाठी तो वेडा झाला होता ती मानसी.... एका वर्षापूर्वी ज्या मुलीने विवेक पासून सगळे संबंध अचानक तोडले होते ती मानसी.... आज त्याच्या समोर उभी होती. मानासीही त्याला बघत होती. दोघांमध्ये फरक एवढाच कि ती छत्री मध्ये तर विवेक पावसात भिजत होता.

वर आकाशात , विजांचा तांडव सुरु झाला होता...आवाजासोबत कितीतरी प्रकाश दिसत होता, लख्ख प्रकाश.... त्या प्रकाशात मानसीचा गोरा चेहरा अजूनही उजळून दिसत होता. विवेकच्या मनावर जणू त्या विजा, जुन्या आठवणींचे प्रहार करत होत्या. खरंच.... आभाळ आता अधिक गडद होतं होतं....विवेकच्या मनातलंही.

==

पाऊस थांबायचं नाव घेत नव्हता. विवेक आणि मानसी एकमेकांसमोर तसेच उभे होते. मानसी त्याला बघून हसली. पण ते हसणं वेगळं होतं, तूच्छतेने भरलेलं. विवेकने ओळखलं." अजून तुझी सवय गेली नाही वाटते.... पावसात भिजण्याची. अजूनही कॉलेजमध्ये आहेस वाटते... " विवेकच्या मनाला लागलं कुठेतरी. मान खाली घालून तो तसाच उभा होता. थोड्यावेळाने त्याने मानसीला विचारलं,

" कशी आहेस ?",

" मजेत आहे, आनंदात आहे.",

" छान आहे.",

"तुझं काय चालू आहे... जॉबला आहेस का ?... कि फक्त कथा-कविता लिहिण्यात वेळ घालवतोस अजून. " जणू काही मानसी त्याचा अपमान करायलाच आली होती.विवेकला पुन्हा वाईट वाटलं. एकेकाळी त्याच्या कवितांवर वेडी होणारी, आज त्याला त्यावरच बोलून दाखवत होती.

" जॉबला आहे मी आणि कधीतरी लिखाण करतो. तुझं काय चालू आहे ?",

" माझं... हे हॉटेल आहे ना, ते माझ्या होणाऱ्या नवऱ्याच आहे. " विवेकच्या मनात झालं काहीतरी. तो काही बोलला नाही त्यावर.

" congratulations !! , चल मी निघतो. ", म्हणत विवेक निघाला.

" मी आहे मुंबईत, हा महिनाभर. नंतर नाशिकला रहायला जाणार आहे. आलास तर ये कधीतरी. बोलायचं आहे तुझ्याबरोबर. " विवेक ते ऐकत होता. होकारार्थी मान हलवली आणि स्टेशनच्या दिशेने निघाला.

पूजा आज वेगळ्याच आनंदात होती. प्रेमात पडली होती ना ती विवेकच्या. त्यात पाऊस, romantic वातावरण अगदी. पूजा घरी आली. तिला तर भानचं नव्हतं. घराबाहेर सुद्‌धा ती थोडीशी भिजली. " पूजा.... ये पूजा... " त्या आवाजाने ती जागी झाली. तिच्या आईचा आवाज होता तो. घाबरून गेली ती. तशीच हळू पावलांनी पूजा वर आली. वडील समोरच बसले होते.

" काय गं... कूठे भटकत होतीस ? "वडिलांनी पेपरातून डोक वर न काढताच विचारलं.

" Friend कडे गेली होती." पूजा दबक्या आवाजात म्हणाली.

" आणि भिजलीस कशी ?" आईने प्रश्न केला तसं वडिलांची नजर पूजावर गेली.

" काय ग... छत्री होती ना.",

" sorry बाबा... विसरली मी, घरीच. ",ते उत्तर ऐकून वडिलांचा पारा चढला.

" अक्कल आहे का जरा, असेल तर वापरा ती. लहान नाहीस तू... सकाळपासून पाऊस धरलेला. आणि छत्री न घेताच बाहेर गेलीस. पण मी म्हणतो , पावसाचं बाहेर जायचेच कशाला... एवढं काय काम होतं महत्वाचं मैत्रिणीकडे ?" पूजा गप्पच उभी होती.

" आणि तुझं लक्ष कूठे असते गं. आपली मुलगी कशी वागते, काय करते ... जरा लक्ष नको का तिच्यावर." वडील आता आईला ओरडत होते. आईसुद्धा निमुटपणे ते ऐकत होती.

" आता काय इथेच सुंभासारखी उभी राहणार का ?... जा आत आणि कपडे बदल... तिकडे सगळं पाणी गळते आहे कपड्यातून... जा आत. " तशी पूजा आत पळाली.

थोडयावेळाने पूजा बाहेर हॉलमधे आली. आई कपड्यातून गळलेले पाणी पुसत होती. पाऊस एव्हाना होता. वडील नव्हते हॉलमधे.

" आई, बाबा कूठे गेले ?",

"ते ना... आताच बाहेर गेले, पाऊस होता ना सकाळपासून म्हणून थांबलेले. कमी झाला तसे गेले ते, काही काम होतं त्यांचं." पूजा आईजवळ आली.

"Sorry आई... " पूजाने आईला मिठी मारली.

" अगं... लादी तर पुसू दे. आणि sorry कशाला ?",

"बाबा ओरडले ना माझ्यामुळे तुला...sorry.",

"वेडी गं वेडी... आईला कोणी sorry बोलते का आणि त्यांचा स्वभाव माहित आहे ना तुला. मग छत्री कशी विसरलीस.",

"विसरली नाही गं... मुद्दाम भिजायला गेली होती.",

"लबाड... ",म्हणत आईने पूजाच्या गालावर चापटी मारली.

" आणि कूठल्या मैत्रिणीकडे गेली होतीस ?" तशी पूजा गप्प झाली.

" काय झालं गं ?",

"मैत्रीण नाही.",

"मग कोणाकडे... ",

" Friend आहे माझा."आईच्या चेहऱ्यावर प्रश्नचिन्ह.

"Boy-Friend ? ",

"नाही गं , आई. मित्र आहे फक्त.",

"ठीक आहे, पण यांना कळू देऊ नकोस हा. चहा देऊ का तुला... भिजून आलीस ना, बरं वाटेल तुला.",

"Thanks आई." पूजा आईला म्हणाली. तेवढयात वडील आले.

"श्शी !!! काय हा पाऊस... थांबतच नाही." पूजाकडे नजर गेली. " काय madam... भिजून झालं ना... आता कूठे जायचे आहे पुन्हा." तिने नकारार्थी मान हलवली.

"ठीक आहे... आणि उद्या बँकमधून सुट्टी घे.",

"का बाबा?",

"उद्या तुला बघायला येणार आहेत." पूजाला धक्का बसला.

"पण बाबा... मला नाही करायचं लग्न एवढयात... " ते ऐकून वडिलांना अजून राग आला.

" मग काय म्हातारपणी लग्न करणार का. ते काही नाही, उद्या सुट्टी घे आणि तयारीत रहा. चांगलं स्थळ आहे. मुलगा अमेरिकेला जॉबला असतो. मुंबईचाच आहे. कळलं.",

"पण बाबा !!!",

"बस्स झालं... विषय संपला. आणि चहा दे मला करून. "आई चहा करायला आत गेली, पूजा पुन्हा तशीच उभी पुन्हा.

" आता जरा चांगल्या मैत्रिणीची संगत ठेव. लग्न होणार आहे तुझं आता. गचाळपणा करू नकोस. "पूजा चुपचाप स्वतःच्या रूम मधे आली. बाल्कनीत येऊन उभी राहिली. पावसाचा जोर कमी झाला होता. मागोमाग आई चहा घेऊन आली."पूजा... बाळा, घे चहा." पूजाने नाही म्हणून मान हलवली.आईला जरा वाईट वाटलं. तिच्या बाजूला येऊन उभी राहिली. दोघीही पावसाकडे पाहत होत्या.

"मलाही पाऊस आवडायचा पहिला. खूप आवडायचा. दरवर्षी येणाऱ्या पावसात भिजण्याचा मी आनंद घ्यायची आणि वेड्यासारखी भिजायची. लग्न झालं, सगळं बंद झालं. तुझ्या बाबांना आवडत नाही म्हणून मी सोडून दिलं पावसात भिजणं. आताही मन होते पण नाही जाऊ शकत." पूजाच्या डोळ्यात पाणी आलं.

" पण आई, मला एवढ्यात नाही करायचं लग्न. बाबांना सांग ना प्लीज...आणि मी तर आज पहिल्यांदा भिजली पावसात, त्यातला आनंद

अनुभवला आज मी. आणि लगेच सोडून देऊ भिजणं. त्या विवेकला काय वाटेल मग.",

"कोण विवेक ",तशी पूजा बोलायची थांबली.

" कोण विवेक... पूजा ",

" माझा friend , त्याच्या सोबत मी फिरायला जाते. ",

"म्हणजे रोज जातेस का ? ",

"रोज नाही, सुट्टी असली कि",

" बरं ठीक आहे.",

"तो खूप चांगला आहे गं, लेखक आहे, चांगला जॉबला आहे. त्यानेच शिकवलं मला, बाहेर मोकळेपणाने फिरायला. शिवाय मनाने सुद्धा चांगला आहे तो.",

"बरं मग... ",

"अगं आता तर आमची मैत्री झाली आहे आणि लगेच बाबांनी लग्न ठरवलं. नको आहे मला."आई पूजाकडे पाहत म्हणाली.

"पूजा... तूझ्यात आणि विवेकमधे काही आहे का...असेल तर मनातून काढून टाक. तुझ्या बाबांना आवडणार नाही ते.",

"अगं... मला आवडतो फक्त तो, मैत्री आहे.",

" आणि मैत्रीचं राहू दे. तुझ्या बाबांना हे कळू देऊ नकोस. उद्या सुट्टी घेतेस ना... ",

"पुन्हा तेच आई... मला नाही करायचं आहे लग्न एवढयात.",

"अशी का वागतेस तू... ते लगेच लग्न कर असं नाही सांगत आहेत. फक्त बघ. चांगला मुलगा आहे तो... एकदा बघून तर घे." पूजा तरी गप्पच.

"हे बघ बाळा... तू तरी ऐक माझं, ते तर माझं कधीच ऐकत नाहीत.निदान तू तरी ऐक ना... ",

"अगं... पण आई." पूजाच्या आईने हात जोडले तिच्यासमोर,

"प्लीज म्हणते तुला... तुम्हा दोघांमध्ये मी अगदी दमून जाते. ते ऐकत नाहीत आणि तू रागावून बसतेस.काय करू मी आता." पूजाला गहिवरून आलं.

"नको आई... हात नको जोडूस... घेते उद्या सुट्टी मी."ते ऐकून आईला आनंद झाला.

"thanks पूजा... आणि एक गोष्ट,प्रॉमिस कर... चुकीचा कोणताच निर्णय घेऊ नकोस घाईने." पूजाने आईच्या हातातलं चहाचा कप घेतला आणि बाल्कनीत उभी राहून बाहेर पाहत उभी राहिली.छान वातावरण जमलेलं बाहेर. अनेक couple's बाहेर आले होते आता. त्यांना बघून विवेकची आठवण झाली. नाही... विवेक बद्दल विचार नाही करायचा. तिने स्वतःच्या मनाला सांगितलं. आईला प्रॉमिस केलं आहे ना... विवेक पासून दूर राहायला पाहिजे आता.

Next day, विवेक नेहमीप्रमाणे ऑफिसला आला. आल्या आल्या सवयीप्रमाणे,त्याने पूजाला call लावला. खूप वेळ रिंग वाजत होती. दुसऱ्यांदा call लावला. यावेळी तिने cut केला. पुन्हा लावला, पुन्हा cut केला. " झालंय काय हिला... ?",विवेक विचारात गढून गेला. सुवर्णा आली तितक्यात. विवेकला बघितल्यावर कालची आठवण झाली तिला. जरा वाईट वाटलं. पण ते सगळं विसरून, काही झालंच नाही या अविर्भावात त्याच्या समोर येऊन बसली.

" काय झालं रे, सकाळी सकाळी चेहरा का पडलेला. ?",

"पुजू call नाही उचलत... असं करत नाही कधी ती.",

"असं का... अरे तिला काम असेल काहीतरी म्हणून उचलत नसेल. "विवेकला पटलं ते. मग तो कामाला लागला. सुवर्णाने सुद्धा कामाला सुरुवात केली. दिवसातून,अधूनमधून तो पूजाला call करत राहिला. एकदाही तिने call उचलला नाही. विवेकचा मूड खराब झाला होता. धड जेवलाही नाही. सुवर्णाला ते कळत होतं. खरंच, विवेकला पूजाची सवय झाली आहे आता. आपण त्यांच्यापासून वेगळं राहिलेलं बरं. पण आपण मैत्री तर ठेवू शकतो ना विवेक बरोबर. Friendship च बरी.

ऑफिस सुटल्यावर सुद्धा, विवेक आणि सुवर्णा तिची बाहेर वाट बघत राहिले. पूजा आलीच नाही. एक तास उलटला तेव्हा सुवर्णानेच विवेकला कसंबसं स्टेशनला आणलं. तरी तो घरी निघायच्या तयारीत नव्हता.

"अरे... असं का करतोस तू ... ती आली नसेल आज बँकमधे.",

"मग call का नाही उचलत ?",

"ते मला कसं माहित असेल?.",

"तू लाव ना call मग... ",

"विवेक... माझ्याकडे तिचा नंबर नाही आहे.",

"मग आपण तिच्या घरी जाऊया का बघायला तिला?",

"विवेक !! काय झालंय तुला... एक दिवस तर नाही आली ना ती. एक दिवस तरी आराम करू दे... " तसा विवेक शांत झाला.

"चल... आता घरी जा सरळ... समजलं ना.",

"मी थांबतो थोडावेळ... ",

"कशाला ?",

"असंच... निघतो थोडयावेळाने.",

"OK, ठीक आहे... पण नक्की जा लवकर."म्हणत सुवर्णाने ट्रेन पकडली. विवेक स्टेशनवरच बसून राहिला.

तिकडे पूजाच्या घरी, तिला "बघण्याचा" सोहळा पार पडला. जरा नाखुशीनेच पूजा थांबली होती घरी. सकाळपासून विवेकने १५-१६ call केले होते. एकदाही call उचलला नाही तिने.त्या मुलाला आणि त्याच्या कुटुंबाला पूजा आवडली होती. पुजाकडे सुद्धा स्थळ पसंत होतं. फक्त त्याला ३ वर्षानंतर लग्न करायचे होते, काही कारणास्तव. बाकी सगळे गुण जूळत होते. पूजाला ते सगळं नको होते एवढयात. पाहुणे गेल्यावर तिच्या वडिलांनी आईकडे विषय काढला.

"स्थळ चांगलं आहे. लग्नाला कशाला पाहिजे एवढी वर्ष, ३ वर्षांनी लग्न... मला नाही पटत ते. त्यापेक्षा आपण दुसरं स्थळ शोधू. यावर्षीच लग्न उरकून टाकू.", ते ऐकून पूजा बोलली.

"बाबा !! मला नाही करायचं एवढयात लग्न... तुम्हाला काल बोलले ना मी.",

"गप्प बस... आजकाल जास्त तोंड चालायला लागलं आहे तुझं. तुझ्यात खूप बदल झाला आहे. पहिली कधी तोंड वर करून बोलली नाहीस, आता लगेच उलट उत्तर देतेस. सुट्टीच्या दिवशी बाहेर असतेस हल्ली. बँक मधून सुद्धा उशिरा येतेस आजकाल. तुझ्या त्या मैत्रिणीला भेटलं पाहिजे एकदा. कशी आहे ते बघूया." पूजा गप्प.

" आता काय झालं, गप्प झालीस.तुला सांगतो आता,मला हे आवडत नाही. खूप दिवस बघतो आहे मी तुला. उद्या पासून घरी वेळेवर येत जा. आणि बाहेर फिरणं सोडून दे आता. नाहीतर असं कर, मैत्रीणच सोडून दे ती. काय... कळलं ना." म्हणत पूजाचे वडील उठले आणि बाहेर गेले. पूजा आईकडे बघत राहिली.

" मला वाटते, तू विवेक बरोबर जाणं , आता सोडून दिलं पाहिजेस. नाहीतर अशीच भांडणं होतं राहतील घरात. तुला लग्न नाही करायचं ना एवढयात. ते बघते मी. पण ते सांगतात तास तरी वागशील ना. शहाणी हो गं बाळा आता."पूजाच्या डोक्यावरून हात फिरवला आईने आणि ती आत निघून गेली. पूजा नाराज होती. काय ना.... पहिल्यांदा प्रेम झालं कुणावर तरी आणि लगेच विसरायचं सुद्धा... कसं विसरू विवेकला.

पुढच्या दिवशी सुद्धा तेच झालं. विवेक पूजाला call लावायचा आणि ती कट्ट करायची. शिवाय पूजाने ३ दिवसांची सुट्टी घेतली होती. त्यामुळे ऑफिस सुटल्यावर ती विवेकला भेटलीच नाही. ३ दिवस असचं सुरु होते . सुवर्णा काहीच बोलली नाही त्यावर विवेकला. चौथ्या दिवशी, पूजाने call उचलला.

"Hello... बोल.",

"अगं पुजू... आहेस कूठे तू... किती दिवस call करतो आहे तुला. काय झालं... बोलायचे नाही का माझ्याशी ? माझी काही चूक झाली का... ",

"नाही रे विवेक... तब्बेत ठीक नव्हती म्हणून.",

"मग call तरी उचलायचा ना, call का नाही उचलत होतीस ?",

"असंच.",

"सांग तरी.",

"माझ्या घरी आवडत नाही माहित आहे ना तुला.",

"OK , sorry ... मग आता तरी बरं वाटते आहे ना तुला... ",

"हो... आता बरी आहे मी.",

"ठीक आहे... संध्याकाळी भेटूया मग. ",

"बघू... खूप काम आहे.",

"मग निघालीस कि call कर.",

"नको... तू नको थांबूस. मला माहित नाही मी कधी निघणार ते. आणि आता खूप काम आहे,नंतर बोलूया... Bye " आणि पूजाने call कट्ट केला. अरे !! काय झालंय हिला... पहिली अशी कधी वागली नाही हि. विवेक विचार करू लागला.

पूजा बोलल्याप्रमाणे,ती संध्याकाळी आलीच नाही. विवेक नाराज झाला,

"चल रे विवेक... अजून किती वेळ थांबणार. तिला नाही भेटायचं असेल. काम असेल काही. " विवेकने मान हलवली.

"ठीक आहे मग,तू जा... ",

"कूठे निघालास ?",

"मी ?, जातो इकडेच.",

"इकडेच कूठे ? का थांबणार आहेस अजून." विवेकचं उत्तर नाही.

"सांगतोस का आता... ",

"मानसीकडे चाललो आहे."सुवर्णाला शॉक बसला.

"काय ?",

"मानसीकडे चाललो आहे."सुवर्णाला राग आला.

"तुला काय वेडं-बिड लागलं आहे का. काय बोलतोस तुला तरी समजते का... ",

"हो. ",

"काय हो... आणि ती सुरतला गेली आहे ना रहायला. तिकडे जाणार का तू आता. ",

"नाही. ती आली आहे मुंबईला.",

"आणि तुला कसं माहित हे.",

"मला भेटली होती ती.",

"अरे !! तुला भेटली होती ती आणि तू मला आता सांगतो आहेस हे...कमाल आहे तुझी, इकडे कशाला आली परत ती.",

"तिचं लग्न आहे इकडे मुंबईत म्हणून आली आहे ती, महिन्याभरासाठी. तीच बोलली भेटायला ये एकदा.",

"तिने बोलावलं आणि तू चाललास.",

"ती माझी Friend होती ना म्हणून. अभिनंदन करायला चाललो आहे. तू येतेस का.?","तूच जा.",

"ठीक आहे. तुही भेटून ये तिला. तुझी सुद्धा मैत्रीण होती ना ती. घर तर माहित आहे तुला.",

"हो माहित आहे घर तिचं मला,पण एक सांगू का विवेक तुला.",

"बोल.",

"आज नको जाऊस.",

"का गं ?",

"पूजा नाही आहे तर तुझा मूड खराब आहे. कामात किती चुका झाल्या तुझ्या, सर तुला नाही बोलले काही,पण मला सांगितलं त्यांनी. असं कधी झालं नव्हतं आधी तुझ्या कडून. जेवताना सुद्धा कूठे लक्ष असते तुझं. धड जेवत नाहीस. त्यात मानसीला भेटायला चालला आहेस. काय चाललंय तुमचं, मला कळत नाही अगदी.",

"काही नाही. तू Tension घेऊ नकोस. चल , मी निघतो. उद्या भेटू ऑफिसला."म्हणत विवेक निघून गेला. सुवर्णा त्याच्याचं विचारात गढून गेली.

विवेक आला मानसीकडे. ओळखीचं घर. पहिला तो कितीवेळा इकडे यायचा. आठवणी ताज्या झाल्या एकदम. कॉलेजमधून सरळ ते इकडेच यायचे कधी कधी.दुपारी आला कि रात्रीचं जेवण करूनच विवेक निघायचा घरी. मानसीच्या आई-वडिलांना त्या दोघांची मैत्री माहित होती. ते दिवस किती छान होते ना, किती धम्माल करायचो आम्ही. उगाचचं हसायला आलं त्याला. त्याने दारावरची बेल वाजवली. कोणीच दरवाजा उघडला नाही. "बहुतेक कोणी नसेल घरात."स्वतःशीच म्हणत विवेक निघाला. तेव्हा मागून एक कार येताना दिसली तसा तो थांबला.कार मधून मानसी बाहेर आली.

"Hi विवेक, कधी आलास?",मानसीने आल्याआल्या विचारलं.

"आत्ताच आलो , घरात कोणी नाही म्हणून निघालो परत.",

"हो... रे, जरा बाहेर गेली होती, call करायचा ना मला येत होतास तर. नंबर आहे कि Delete केलास?", विवेकने उत्तर नाही दिलं. मानसीने दरवाजा उघडला आणि विवेक सोबत आत आली. घर कसं अजून

टापटीप होतं.

"मम्मी-पप्पा बाहेर गेलेत का ?", विवेकचा पहिला प्रश्न.

" ते नाही आले मुंबईला.ते नंतर येतील, सध्यातरी मी एकटीच आहे." विवेक खुर्चीवर बसता बसता थांबला.

" मी निघतो मग.",

"कशाला... बस ना.",

"नाही तुझे मम्मी-पप्पा नाहीत ना.",

"मग... पहिला तर ते नसतानाच जास्त यायचास इथे.",

"तेव्हा गोष्ट वेगळी होती. ",

"बर... काही थंड घेणार का... का तुझी स्पेशल कॉफी ?" विवेक ते ऐकून चपापला.

"तुझ्या लक्षात आहे अजून.",

"हो... १० मिनिट थांब. कॉफी घेऊन येते.","OK." विवेक जरा विरंगुळा म्हणून घरात फेरफटका मारू लागला.

ओळखीचं घर, मोठ्ठ घर. फिरता फिरता तिच्या बेडरूम जवळ आला तो. दरवाजा उघडाच. त्याला आठवलं, त्या दरवाजाचा lock तेव्हाही बिघडलेलाचं होता. अजून तसाच होता तो. आत गेला विवेक. ओळखीचीच रूम. इकडेच बसून किती मज्जा , मस्करी करायचो. अभ्यास तेवढाच, मजाही तेवढीच. किती plan's केले होते त्यांनी, या बेडवर बसून. भिंतीवर त्यांचे ग्रुप photo's,दोघांचे photo's,शिवाय विवेकने काढलेले मानसीचे फोटो... अजून तसेच होते. त्यावरून विवेक हात फिरवत होता, तेव्हा मानसी कॉफी घेऊन आत आली.

"मला माहित होतं,तू इकडेच येणार ते.",

"हा... तो दरवाजाचा lock अजून तसाच आहे.",

"हो रे, नंतर मी लक्षच दिलं नाही.",

"आणि हे फोटो... ",

"आम्ही लगेच गेलो ना सुरतला. शिवाय इकडे कोणी येणार नव्हतं. म्हणून काढले नाहीत फोटो." विवेकने कॉफीचा एक घोट घेतला.

"अजूनही चव तशीच आहे कॉफीची, विसरली नाहीस तू.",

"कशी विसरणार... बरं ते सोड, त्या दिवशी जास्त बोलणं झालं नाही आपलं. खरं सांगायचं तर तुला त्यादिवशी बघितलं तेव्हा राग आला होता मला. म्हणून तेव्हा तशी बोलली मी. आता नाही आहे राग.",

"ठीक आहे, चालते.",

"मग काय चालू आहे सध्या.?",बोलत बोलत बाल्कनीमधे आले दोघे.

" तेच ते रुटीन. तोच जॉब आहे. फक्त पोस्ट वाढली आहे.",

" अभिनंदन, प्रगती आहे.",

"आणि तुझं... तू जॉब नाही केलास का ?",

"नाही. पप्पा नको बोलले. म्हणून घरीच होते. आणि आता लग्न ठरलं आहे, छान आहे तो. इकडे मुंबईत २ हॉटेल आहेत,सुरतला सुद्धा ४ हॉटेल्स आहेत. लग्न मुंबईत करायचे म्हणून इथे आले. नंतर नाशिकला राहायला जाणार आहे. तिकडे नवीन हॉटेल सुरु करायचे आहे म्हणून.",

"छान... खूप छान, चांगला जोडीदार मिळाला तुला... माझ्यापेक्षा चांगला." विवेक बोलता बोलता बोलून गेला.

"Sorry !!",

"It's OK. लग्नाला येशील ना. ",

"माहित नाही. काम खूप असते ना." विवेकला वाईट वाटत होतं.

"तुला यावंच लागेल... तुझ्या Friend च्या लग्नाला नाही येणार का ?.",

"Try करीन. चल मी निघतो आता, बरं वाटलं भेटून." विवेक निघाला.

" थांब विवेक... " विवेकला थांबवलं मानसीने.

"विवेक... वाईट वाटलं ना तुला. अरे, पण कधी ना कधी माझं लग्न होणारंच होतं ना. एकटी थोडीना राहणार होती मी. आणि आता तू सुद्धा लग्न कर एकटा नको राहूस." तरीही विवेक शांतच.

"तुझा प्रोब्लेम काय आहे, माहित आहे तुला.",मानसी बोलली.

"प्रोब्लेम हा आहे कि तुला कोणी विसरूच शकत नाही. कितीही प्रयत्न केला तरी." विवेकने तिच्या डोळ्यात पाहिलं. ती मनापासून बोलत होती.

"हो विवेक. तुझ्यापासून दूर गेली. पण माझं मन इथेच राहिलं. किती प्रयत्न केला मी तुला विसरायचा, शक्यच नव्हतं ते. तुला मघाशी खोटं बोलले,कि photo's काढायला वेळ नाही मिळाला. वेळ तर खूप होता,पण मन तयार होतं नव्हतं. आपल्या आठवणी आहेत या. पप्पा बोलत होते,हे घर विकूया. मीच थांबवलं त्यांना. माझ्यासाठी ठेवलं आहे हे घर मी.",

"Thanks मानसी. ",

"माझं ऐकशील, एकटा नको राहूस आता. लग्न कर. कोणी आवडत असेल ना." विवेकच्या चेहऱ्यावर हलकंसं हास्य आलं.

"हं... कोणी आहे वाटते. लवकर विचार तिला. मनातलं सांगितलं नाहीस तर कसं कळणार लोकांना. बरोबर ना." विवेकला पटलं ते.

"चल. मी निघतो आता. आणि Thanks For Coffee." मानसी त्याला दरवाजा पर्यंत सोडायला आली.

" विवेक... " विवेकला मानसीने पुन्हा हाक मारली." तुझा ब्लॉग अजून वाचते मी. मराठी जास्त कळत नसलं तरी." विवेकला आवडलं ते. हाताने " BYE" ची खूण केली आणि विवेक निघाला आनंदात.

सुवर्णा सकाळी ऑफिसला आली तीच tension मध्ये. काय बोलणं झालं असेल दोघांमध्ये. बघते तर विवेक छान हसत होता, बोलत होता आजूबाजूच्या मित्रासोबत. Tension गेलं एकदम सुवर्णाचा.

"काय रे.... छान मूड मध्ये आहेस खूप दिवसांनी.",

"हो गं... असंच. Fresh वाटते आहे.",

"मानसी काय बोलली?",

"काही नाही एवढं, सांगत होती लग्नाला ये. ",

"बस्स ... एवढंच ?",

"हो ... आणि आता कामाला लागूया आपण." विवेक छान बोलत होता, सुवर्णा खुश एकदम. दोघेही कामाला लागले. विवेकने हळूच पूजाला call लावला.तिने कट्ट केला. पुन्हा लावला नाही त्याने call तिला. कामात गढून गेला. आज lunch हि चांगला झाला. खूप दिवसांनी विवेक पोटभर जेवला. सुवर्णाचंही पोट भरलं मग. छान गप्पा-गोष्टी करत दिवस संपला. संध्याकाळी निघताना त्याने पूजाला call लावला.

" Hello पुजू....",

"हा बोल.",

"काय झालं... हल्ली फोन नाही उचलत माझा.",

"बिझी होते.",

"OK. निघालीस का बँक मधून.",

"हो.",

"थांब मग. आम्ही दोघे येतो आहे.",

"मी स्टेशनला पोहोचले आहे आता.",विवेकला आश्चर्य वाटलं.

" अरे !!! call तरी करायचा ना... किती दिवस भेटलो नाही आपण.",

"मला घाई होती जरा. ",

"ठीक आहे. मग उद्या भेटूया.",

"बघू... " पुढे काही reply नाही.

" अशी का बोलते आहेस तुटकं-तुटकं... बोलायचे नाही का माझ्याशी.",

"असं काही नाही. Bye."म्हणत तिने call कट्ट केला.

काय झालंय पूजाला, विवेक विचारात पडला. सुवर्णाला ते कळलं लगेच. " काय झालं विवेक ?",

"पूजाला काय झालं ते कळत नाही मला. वेगळीच वागते. फोन तर उचलत नाही, उचलला तरी नीट बोलत नाही. भेटूया म्हणल तरी टाळाटाळ करते." सुवर्णाला काय बोलावं ते कळत नव्हतं.

" मला कसं कळणार ते, तिला काय झालं ते. चल ,घरी निघूया. मूड खराब नको करूस." म्हणत ते दोघे निघाले. बाहेर आभाळ काळवंडलेलं.

" पाऊस येणार बहुतेक." सुवर्णा रिक्षातून बाहेर पाहत म्हणाली. विवेक कसल्याशा विचारात.

" काय रे विवेक... काय बोलते आहे मी. ",

" हा... हं, बोल काय बोलतेस?",

"अरे... पाऊस... बाहेर." त्याने बाहेर पाहिलं.

" पावसाची शक्यता कमीच आहे. आभाळ भरून राहिलं असंच." विवेक पुटपुटला. सुवर्णा फक्त त्याचं मन वळवण्याचा प्रयत्न करत होती, निष्फळ प्रयत्न.

पुढच्या दिवशी, विवेक ठरवूनच आलेला, आज पूजाला भेटायचचं. तो लवकर येऊन उभा राहिला, गेटबाहेरच. सुवर्णाने त्याला पाहिलं.

" ये... तू बाहेर का उभा आहेस,चल ना ऑफिसमधे.",

"जा तू... मी येतो नंतर... ",

"काय करतो आहेस बाहेर उभा राहून, पाऊस बघ किती धरला आहे.",

"पूजाला काहीही करून आज भेटणारच मी." सुवर्णा गप्प.

"तिला विचारायचे आहे काहीतरी.",

"OK, पण लवकर ये आत. खूप पाऊस आहे बघ." म्हणत सुवर्णा ऑफिसमधे आली. पण सगळं लक्ष विवेककडे होतं तिचं.

विवेक पूजाच्या बँक बाहेर येऊन उभा राहिला. १० मिनिटांनी पूजा आली आणि त्याला बघून जागच्या जागी थांबली. विवेकने पुढे येऊन पूजाचा हात धरला आणि ओढत ओढत तिला पुढे घेऊन आला.

" हात सोड विवेक... " पूजा ओरडली त्याला. हात झटकला तिने.

" काय झालंय पूजा. का अशी वागतेस ?",

"काही नाही." म्हणत ती जाऊ लागली. तसा विवेकने तिचा रस्ता अडवला.

"नाही. काहीतरी आहे नक्की." पूजाने काही उत्तर नाही दिलं.

" बोल ना काहीतरी.",

"काय बोलू ?",

"फोन का उचलत नाहीस?",

"तुला माहित आहे, काम खूप असते.",

"ठीक आहे. ऑफिस सुटल्यावर भेटत का नाहीस?", पूजा शांत.

"बोल !!",

"तुला काय सगळं सांगायला पाहिजे का आणि माझ्या वडिलांना आवडत नाही, कोणाला भेटलेलं." विवेकला आश्चर्य वाटलं.

" हो का... ठीक आहे, मला काहीतरी सांगायचे आहे तुला. ",

" बोल लवकर, उशीर होतो आहे मला." मोठा pause घेऊन विवेक बोलला.

" माझं प्रेम आहे तुझ्यावर. लग्न करशील माझ्याबरोबर. " आणि पावसाला सुरुवात झाली. पूजाच्या मनात घालमेल सुरु झाली. वडील

डोळ्यासमोर उभे राहिले, आईला केलेलं प्रॉमिस आठवलं. निदान आईसाठी तरी हे करावंच लागेल. एव्हाना पावसाचा जोर वाढला होता.

" नाही." पूजा धाडस करून बोलली. अनपेक्षित होतं विवेकला.

" का ... नाही.",

" माझा प्रश्न आहे तो.",

"हे उत्तर नाही आहे." दोघेही भिजत होते.

" हे बघ विवेक. कोणाला हो म्हणावं आणि कोणाला नाही, याचा मी स्वतंत्र निर्णय घेऊ शकते. आणि पहिलंच सांगितलेले, कि माझ्या घरचे ठरवणार आहेत लग्न माझं.",

"मग मी येऊन भेटतो त्यांना.",

"नको .... अजिबात नको. आपण फक्त मित्र आहोत विवेक, प्रेम वगैरे काय... ",

"झालं प्रेम... काय करू... ",

"हे बघ... तुला शेवटचं सांगते. आपण फक्त मित्र आहोत. प्रेमात पडलास हि तुझी चूक आहे. काय म्हणायचास, प्रेमात नाही पडणार कूणाच्या, मनावर कंट्रोल आहे. आता काय झालं मग. ३ महिन्यांची तर मैत्री आहे आपली. एकमेकांना ओळखत सुद्धा नाही इतकेशे. आणि लग्न... ? खूप लांब राहिलं ते. ",

"मग माझ्यासोबत फिरायचीस ती.",

" अरे, एक-दोनदा फिरायला काय आले, लगेच तू लग्नापर्यंत पोहोचलास. तशी मी सगळ्यासोबत हसत असते, बोलत असते. याचा अर्थ असा नाही कि सगळ्याशी लग्न करू. " विवेकच्या मनावर ते शब्द टोचत होते.

" शिवाय माझ्या घरी, माझ्या लग्नाची तयारी सुरु केली आहे. त्यामुळे आपण आता नकोच भेटूया. call पण नको करुस. मी वेळ मिळेल तेव्हा करीन call. असं प्रेम होतं नाही रे आणि प्रेमावर माझा विश्वास नाही. आपण 'Friend' च ठीक आहोत." पूजा निघून गेली.

विवेक तसाच स्तब्ध उभा, पावसात. खूप वेदना होतं होत्या त्याला. पावसाचे थेंब नसून असंख्य टाचण्या त्याच्या शरीरावर कोसळत होत्या. एका गाडीच्या हॉर्नच्या, मोठ्या आवाजाने तो भानावर आला आणि

ऑफिसकडे निघाला.

पूजा बँकमधे पोहोचली. तशीच ती washroom मधे गेली. मनसोक्त रडली. स्वतः वरच ओरडत होती, आरशासमोर उभी राहून. खूप रडली. वाटतं होतं,तसंच जाऊन विवेकला मिठी मारावी. मनातलं सगळं सांगावं, कि माझंही प्रेम आहे तुझ्यावर. फक्त आईला प्रॉमिस केलं म्हणून. तशीच रडत राहिली ती. विवेक ऑफिसच्या बाहेर येऊन पावसात उभा होता. Reception वर असलेल्या watchman ने सुवर्णाला call करून बाहेर बोलावले. सुवर्णा धावतच बाहेर गेली आणि त्याला आत घेऊन आली. सगळं ऑफिस त्या दोघांकडे पाहत होतं. " काही नाही, बसा सगळे खाली. नेहमीचच आहे ना त्याचं... काय बघता सगळे. "सुवर्णा सगळ्यांना ओरडली." विवेक !! आधी कपडे बदलून ये. पटकन जा." १० मिनिटांनी विवेक जागेवर आला. त्याचा चेहरा बघूनच काहीतरी गडबड आहे, याची जाणीव सुवर्णाला झाली. सुवर्णाने एकाला टॉवेल आणि चहा घेऊन यायला सांगितलं. डोक्यावरचे केस अजून ओलेच." चहा घे गरमा-गरम " आणि तिनेच त्याचे केस पुसायला सुरुवात केली." काय झालं विवेक?:"सुवर्णाने टॉवेल बाजूला ठेवत म्हटलं. विवेक तर चहा सुद्धा पीत नव्हता.

थोडयावेळाने बोलला,"नाही म्हणाली मला ती.",

"कोण?",

"पूजा",

"काय विचारलंसं?",

"लग्नाचं.... ", सुवर्णा ऐकत राहिली. वाईटही वाटलं तिला. अश्रू आवरत ती म्हणाली,

"का नाही बोलली.",

"तिच्या घरी चालत नाही." एवढंचं बोलून तो शांत बसला.

"मी इतका वाईट आहे का ",

" नाही रे... तिचा काहीतरी प्रोब्लेम असेल.",

"मीच बरोबर नसेन कदाचित.",

"असं काही नाही ... तीच वाईट असेल.",

"नाही. ती खूप चांगली आहे. मीच मैत्रीला प्रेम समजून बसलो. माझाच कंट्रोल गेला मनावरचा. कदाचित मला ना सवय झाली आहे आता, लोकांना गमावून बसण्याची. पहिली मानसी आणि आता पूजा." विवेकच्या डोळ्यातून पाणी आलं. मग सुवर्णाही स्वतःला थांबवू शकली नाही. तिलाही रडू आलं.

"हे बघ विवेक ... वाईट वाटून घेऊ नकोस. तुझं प्रेम आहे ना पूजावर... आपण तिला जाब विचारू मग हा ... एवढया छान मुलाला नाही कशी बोलली ती.",

" जाऊ दे गं... नको, वेगळं बोलू काहीतरी." विवेक डोळे पुसत म्हणाला. सुवर्णा ऐकत होती फक्त.

" अनोळखी बोलली मला. बोलते,ओळखत नाही आपण एकमेकांना... जाऊ दे गं... , वेगळं बोलू काहीतरी.....घरच्यांना पसंत नाही अनोळखी व्यक्ती सोबत बोललेलं,भेटलेलं... जाऊ दे गं... , वेगळं बोलू काहीतरी.....बोलते, एक-दोनदा फिरायला आले, हसले म्हणजे प्रेम नसते,फक्त friendship असते... जाऊ दे गं... , वेगळं बोलू काहीतरी......प्रेमात पडणार नव्हतो पुन्हा कधी,पूजाने वेडं लावलं, प्रेम वाईट असते... जाऊ दे गं... , वेगळं बोलू काहीतरी....." आणि विवेक पुन्हा रडायला लागला. त्याची ती अवस्था सुवर्णाला बघवत नव्हती.

" बरं... डोळे पूस आता." विवेक ते ऐकण्याच्या मनस्थितीत नव्हता. सुवर्णाने स्वतःच्या ओढणीने त्याचे डोळे पुसले, चेहरा पुसला.

" गप्प... आता बस झालं,रडायचे नाही आता. आपण तिला ओरडूया.... माझ्या best friend ला रडवलं तिने. बघतेच तिला आता. तू नको वाईट वाटून घेऊस. तुला आवडते ना ती ... पुजू.... मी बोलते तिच्याशी. ठीक आहे ना, रडू नकोस आता." त्याला सांगता सांगता तिच रडत होती.

थोडयावेळाने विवेक शांत झाला. सुवर्णा त्याच्या शेजारीच बसून होती. " विवेक, आज तू घरी जा... शांतपणे. सरांना मी सांगते,तुझी तब्येत ठीक नाही ते. तू घरी जाऊन आराम कर." विवेक शून्यात पाहत होता कूठेतरी. सुवर्णाने सरांची परमिशन काढली आणि विवेकला बाहेर रिक्षापर्यंत सोडायला आली. पाऊस थांबलेला पूर्णपणे. बोचरा वारा वाहत

होता." विवेक.... घरीच जा... दुसरीकडे कूठे नको जाऊस. आणि उद्या ऑफिसला ये, फ्रेश होऊन... कळलं ना. " विवेकने मान हलवली. हरवलेला कूठेतरी, रिक्षा निघाली. सुवर्णा जाणाऱ्या रिक्षाकडे दूर पर्यंत पाहत होती. खूप काम आहे,नाहीतर मीच गेली असती त्याला सोडायला घरी. काय अवस्था झाली आहे त्याची,त्या पुजामुळे. का आली ती याच्या जीवनात... किती छान चालू होतं, पूजाचा राग आला तिला. तिला call सुद्धा करू शकत नाही. नंबर घेतला पाहिजे होता तिचा,विवेक कडून. संध्याकाळी सुद्धा तिला लवकर निघता आलं नाही. पूजा गेली असेल एव्हाना. नाहीतरी ती थांबलीच नसती. उद्या भेटूया तिला,म्हणत ती घरी निघाली.

तिकडे पूजाने स्वतःला पूर्ण बदललं होतं. एक महिना झाला होता, विवेक बरोबर शेवटचं बोलून,भेटून. तिला त्याची आठवण यायची,प्रत्येक वेळेस त्याला call करायची इच्छा व्हायची. पण आईकडे बघून ती गप्प रहायची. महिन्याभरात अजून ३ "बघण्याचे" कार्यक्रम झाले होते. एकही स्थळ तिच्या वडिलांना पसंत नव्हते. पूजाला त्या सगळ्यांचा कंटाळा आला होता आता. १ महिन्यापूर्वी मी कशी होते आणि आता कशी आहे. मे महिन्यात विवेकसोबत मैत्री झाली आणि ऑगस्टमध्ये तुटली सुद्धा. काय काय बोललो त्याला आपण. नको होतं तसं बोलायला. कसा असेल तो, काय करत असेल. भेटूया का एकदा त्याला,निदान एक call तरी. नको.... नकोच... का असं प्रॉमिस केलं मी आईला. पूजा गच्चीवर येऊन विचार करत होती. आता ती सुट्टीच्या दिवशी फिरायला जात नव्हती,घरीच असायची. soft music,songs ऐकण तिने सोडून दिलं होतं. सकाळी बँक आणि संध्याकाळी बँकमधून थेट घरी, हाच तिचा दिनक्रम झाला होता. कोणाशी बोलणं नाही,हसणं नाही, कोणाला फोन नाही. सगळं सगळं बंद. स्वतःलाच शिक्षा देत होती ती. थंड वारा आला तसं तिने वर आभाळात पाहिलं.पोर्णिमा होती आज, चंद्र छान दिसत होता. थंड वारा कूठून येतो मग. पाऊस तर नाही. विवेक असता तर लगेच त्याने सांगितलं असते पावसाबद्दल. किती छान दिवस होते ते. फिरायला जायचो आम्ही. तो निसर्ग, समुद्र, पाऊस. तो फोटो काढायचा माझे आणि मी त्याचे. गप्पा-गोष्टी

चालायच्या,मस्करी,हसणं, खिदळणं. मज्जा असायची. डोळ्यात पाणी जमा झालं तिच्या. शिवाय विवेकपासून दूर झाल्यापासून पावसाने सुद्धा दडी मारली होती. त्याच्यासोबतच गेला वाटते तो दूर, माझ्यापासून. त्यानेही पुन्हा call लावला नाही मला, वाटते विवेक आणि पाऊस, दोघांना माझा राग आला असेल. Sorry विवेक.... miss you गोलू... गच्चीवर एकटीच रडत होती पूजा, सोबतीला होता पौर्णिमेचा पूर्ण चंद्र.

दिवस असेच जात होते. पावसाळा संपत आला होता. विवेकला भेटून दीड महिना झाला होता. आणि तेव्हापासून पावसाने एकदाही तोंड दाखवलं नव्हतं. पूजा सकाळी बँकमधे जाण्यासाठी निघाली.विवेक आणि सुवर्णाची भेट न व्हावी म्हणून ती बँकमध्ये लवकर जात असे आणि लवकर निघत असे. तिच्या चेहऱ्यावरच तेज पूर्णपणे झाकोळलं गेलेलं, घरातून निघणार तेव्हाचं वडिलांनी थांबवलं."लवकर ये घरी... तुला बघायला येणार आहेत." तेव्हा तर तिला रागच आला." मी येणार नाही आणि मला लग्नही करायचे नाही. या सगळ्यांचा वैताग आला आहे मला. जीव घुसमटतो इथे माझा." म्हणत ती धावतच खाली आली. तशीच ट्रेन पकडून ती स्टेशनला उतरली. बँकमध्ये जाण्याचा बिलकुल मूड नव्हता. खूप दिवसांनी आभाळ भरून आलेलं. स्टेशनच्या बाजूलाच असलेल्या coffee shop मध्ये जाऊन बसली. ५-१० मिनिटांत पावसाला सुरुवात झाली. दीड महिन्यानंतर पाऊस पडत होता. पूजाला बरं वाटलं पावसाला पाहून. कॉफी पीत पीत बाहेरचं द्रुश्य पाहू लागली. थोड्याच अंतरावर एक मुलगा पावसात हात पसरून उभा होता. विवेक !!! पाठमोरा उभा होता तो. चेहरा दिसत नव्हता.तिचं उंची, तसंच हात पसरून उभं राहणं पावसात. हा विवेकच आहे. म्हणत ती लगबगीने छत्री घेऊन shop च्या बाहेर आली. काही झालं तरी त्याला सांगूया. मला माफ कर, माझही प्रेम आहे तुझ्यावर.

त्याला ती लांबूनच हाक मारत होती. त्याचं लक्ष नव्हतं. आनंदात,धावत,छत्री सावरत ती त्याच्याजवळ पोहोचली. खांद्यावर हात ठेवताच त्याने वळून पाहिलं, " sorry... मला वाटलं माझा friend आहे." विवेक नव्हताच.तिला तिची चूक समजली.आपल्याला विवेकला

भेटायलाच पाहिजे. coffee shop मधून,सामान घेतलं, तशीच विवेकच्या ऑफिसमधे पोहोचली. Reception वर विवेकबद्दल विचारलं,

"ते सर नाही आले.",

"आणि सुवर्णा... ?",

"हो.... त्या madam आहेत. बोलावू का त्यांना... ?",

"हो...",

"नाव काय तुमचे... ? त्यांना सांगावे लागेल ना.",

"पूजा आली आहे सांगा." त्याने आतमध्ये call करून सुवर्णाला बाहेर बोलावलं. सुवर्णा आली बाहेर. पूजाकडे पाहिलं तिने. निर्विकार चेहऱ्याने.

"Hi सुवर्णा... ",

"Hii... बोल काय काम होतं ?",

"कशी आहेस?",

" ठीक आहे... कामाचं बोल.",

"विवेकला भेटायचं होतं.", ते ऐकून सुवर्णाने तिचा हात पकडला आणि ऑफिसच्या बाहेर घेऊन आली.

" कशाला भेटायचं आहे त्याला... आणि कोण लागतो तुझा तो...",

"असं का बोलतेस सुवर्णा... माझा friend आहे तो.",

" Friend ?... काय बोललीस त्याला... अनोळखी ना. मग कशाला आलीस इथे.",

"त्याला भेटायला... काळजी वाटते म्हणून.",

"काळजी आणि त्याची...?... हं.... काळजी असती ना तर आधीच आली असतीस भेटायला. तुला माहित नसेलच, गेला दीड महिना... विवेक ऑफिसला आलाच नाही. तुमचं बोलणं झालं आणि दुसऱ्या दिवसापासून तो गायब झाला.",

"म्हणजे?",

"विवेक बेपता आहे.",

" काय !!!",

" हो... तो आलाच नाही पुन्हा ऑफिसला. call केला तर सुरुवातीला एक-दोन दिवस लागला,पण त्याने उचलला नाही. नंतर call हि लागेनासे झाले. त्याचं घर माहित नाही मला, तसा कधी प्रश्नच आला नाही त्याच्या घरी जाण्याचा. कूठे शोधायचं त्याला ... सांग... सांग ना." सुवर्णाच्या डोळ्याच्या कडा ओल्या झाल्या. तोंड फिरवून तिने डोळे पुसले.

" Sorry सुवर्णा ... मला माहित नव्हतं असं होईल ते." पूजाने तिच्या खांद्यावर हात ठेवत म्हटलं. खांदा झटकला तिने.

"तुला माहित आहे, त्याला किती शोधायचा प्रयत्न केला मी.त्याच्या घरी कधी गेलेच नाही मी आणि कोणी मित्र देखील माहित नाही मला त्याचा. कोण सांगणार पत्ता. रोज त्या दादर स्टेशनला जाऊन उभी राहते तासनतास, ऑफिसमधून निघाली कि. नजरेस पडला तर कदाचित. ते नाही तर दादर मधले सगळे समुद्र किनारे पालथे घातले. त्याला सवय होती ना समुद्रकिनारी विचार करत बसायची. दीड महिना हेच चालू आहे माझं. सकाळी ऑफिस,नंतर दादर स्टेशन,तिथून एखादा समुद्र किनारा.... रोज घरी पोहोचायला रात्रीचे ११-११.३० होतात. पण एकदाही तो दिसला नाही... एवढचं करू शकते मी... मलाही त्याला शोधायचं आहे, पण माझं घर माझ्यावर चालते. म्हणून जॉब सोडू शकत नाही. नाहीतर त्याच्यामागून गेले असते मी." सुवर्णा रडत रडत सांगत होती. पूजाला खूप वाईट वाटलं. एकही शब्द बोलली नाही ती. सुवर्णाचं बोलली,

"तरी तुला सांगत होते, त्याचं मन खूप हळवं आहे. तो नाही सहन करू शकत काही. मी तुला जबाबदार नाही धरत,पण तुझं प्रेम नव्हतं तर त्याला पहिलंच सांगायचे होतेस तसं. आधी ती मानसी काय बोलली त्याला ते माहित नाही मला, तेव्हा खूप आनंदात होता. नंतर तू...रडत होता त्यादिवशी विवेक. एक दिवशी खूप आनंद आणि लगेच खूप दुःख. काय झालं असेल त्याच्या मनावर. तुमच्यामुळे...मी माझ्या Best Friend ला हरवून बसले."

थोडावेळ कोणीच काही बोललं नाही. खरंच... सुवर्णाच किती प्रेम आहे विवेकवर. आपलंच चुकलं, दोघांमध्ये येऊन. पण विवेकला आता शोधू कूठे.त्याला सांगायला हवं,सुवर्णा वाट बघते आहे तुझी. पूजा धीर

करून बोलली.

"सुवर्णा... खरंच मला माफ कर... मी नाही ओळखू शकले त्याला आणि तुला सुद्धा. तो एवढं मनाला लावून घेईल,असं वाटलं नव्हतं मला. फक्त त्याला माझ्यात गुंतण्यापासून वाचवायचे होते मला. माझी चूक कळली आहे मला.",

"पण त्याला तर हरवून बसले ना मी. विवेकला परत आणू शकशील तू... ?",

"हो... मी शोधीन त्याला. काहीही झालं तरी." सुवर्णाने डोळे पुसले.

"पण तो भेटेल तुला?",

"हो, मी त्याला परत आणीन.",

"तो कूठे गेला ते कसं कळेल पण.",

"त्याच्या घरी गेलो तर कळेल.",

"नाही माहित मला घर त्याचं.",

"तू कधीच गेली नाहीस का घरी विवेकच्या.",

"नाही ना... तसं कधी वाटलंच नाही,दिवसभर ऑफिसमध्ये असायचो आम्ही,परत घरी कशाला जायचे मग. त्यानेही कधी बोलावलं नाही घरी.",

"कोणाला तरी माहित असेल घर त्याचं,तुमच्या ऑफिसमधे.",

"नाही.",

"मग काय करायचं आता?",दोघी विचार करू लागल्या.

"मानसीला माहित आहे त्याचं घर.",

"मानसी?",

"तुला मी सांगितलं होतं मानसी बद्दल, ती मानसी. तिला माहित आहे विवेकचं घर.",

"पण ती इकडे नसते ना, मघाशी तू बोललीस,ती विवेकला काहीतरी बोलली,ती इकडे आली आहे का?",

"हो... विवेक बोललेला कि तिचं लग्न आहे म्हणून आली आहे मुंबईला. फक्त एक महिना, गेली असेल आता ती.",

"तिचं घर माहित आहे का तुला?",

"हो.",

"चल जाऊया आता तिथे.",

"मी इच्छ्या असून सुद्धा येऊ शकत नाही. तिच्यासमोर जाऊ शकत नाही. खूप काही बोलली होती मी तिला. तुला पत्ता देते मी, ती इकडे असेल तर भेटेल तुला."सुवर्णाने पटापट पत्ता लिहून दिला तिला.

" आणि हो.... मला प्लीज सांग. काय झालं ते. प्लीज.",

"हो... हो, नक्की."म्हणत पूजा पळतच गेली. रिक्षा पकडून तिने मानसीचं घर गाठलं. दारावरची बेल वाजवली. बेल सुरु आहे म्हणजे कोणीतरी राहते घरात. दरवाजा उघडला,मानसीच्या आईने.

" नमस्कार... मी पूजा... मानसी आहे का ?",

"नाही. तिचं लग्न झालं ना, ती नाही राहत इथे."पूजा नाराज झाली.

"मग ती मुंबईत आहे का अजून?",

"हो,पण ती जाणार उद्या नाशिकला.",

"मी तिची friend आहे,लग्नाला आली नाही म्हणून आली भेटायला.",

"हो का... मग पत्ता देते तिथे जा. नवऱ्याच्या घरी, आजचं जा पण. ",पूजाने पत्ता घेतला आणि निघाली.

त्या घरी पोहोचली तेव्हा lock होतं. "काय करायचं?",तिथेच बसून राहिली ती. १ तासाने मानसी आली.

"excuse me... कोण हवं आहे तुम्हाला?",

"मानसी... ?",

"हो, मीच मानसी आहे. तुम्ही कोण ? मी ओळखलं नाही तुम्हाला.",

"मी पूजा... विवेकची friend.", विवेकचं नावं ऐकलं आणि मानसीच्या चेहऱ्यावरचं प्रश्नचिन्ह मिटलं.

" ये...घरात ये... बाहेर गेलेली मी."म्हणत मानसीने पूजाला घरात घेतलं.

" मग इकडे काय काम होतं तुझं?",

"तुला विवेकचा पत्ता माहित आहे का घराचा?",पूजाने उलट-सुलट न विचारता direct विचारलं. तसं मानसीने लगेच वळून पाहिलं.

"त्याचा पत्ता ?... तू नक्की त्याची friend आहेस ना.",

"हो... हो.",

"मग address कसा माहित नाही.",

"जास्त ओळखत नाही आम्ही एकमेकांना,म्हणून." पूजा चाचपडत बोलली.

"मग , मी त्याला ओळखते आणि मला त्याचा address माहित आहे हे तुला कसं माहित.", आता सांगण्यावाचून पर्याय नव्हता.

" सुवर्णाने सांगितलं." तिचे नाव ऐकताच मानसी गप्प झाली.

" सांगते त्याचा address मी." खुर्चीवर बसत म्हणाली ती.

"पण त्याचा address कशाला पाहिजे. तिला तर माहित असेल ना, शिवाय विवेक तर आहे ना सोबत तिच्या. मग , तरीही address.",

"Actually, विवेक दीड महिन्यापासून बेपत्ता आहे म्हणून त्याचा address... ",

"What ?", मानसीला धक्का बसला. "कूठे गेला तो?",

"माहित नाही. त्याच्या घरून काहीतरी कळेल म्हणून पत्ता मागायला आले मी इथे." मानसीने पटकन एका कागदावर पत्ता लिहून दिला.

" आणि हा माझा नंबर, त्याच्या बद्दल काहीही कळलं तरी लगेच सांग मला.",

"OK",

"पण आता जाऊ नकोस... आता घरी कोणी भेटणार नाही त्यांच्या. सगळे कामाला असतात.बसं जरा. तुझ्यासाठी कॉफी बनवते. किती दमलेली वाटतेस." पूजाही बसली. खरंच ती दमली होती,धावून धावून.

मानसी कॉफी घेऊन आली. पूजाने निरखून पाहिलं मानसीकडे. छान जोडी वाटत असेल दोघांची तेव्हा. मग नाही का म्हणाली असेल हि विवेकला. विचारू का... नको. मनात म्हणत पूजा कॉफी पिऊन निघाली.

" Thanks, address दिल्याबद्दल.",

"आणि नक्की सांग मला , नाहीतर काळजी वाटत राहिलं मला त्याची." ते ऐकून पूजा चमकली. जाता जाता थांबली.

"एक विचारू मानसी.",

"विचार.",

"तुझं लग्न झालं आहे आताच, विवेकची काळजीही वाटते अजून. मग त्याला नकार का दिलास?",

"तो माझा personal matter आहे.",मानसी रागात म्हणाली.पूजा पुन्हा घरात आली तिच्या.

" सांग मला. तुझ्यामुळे तो depression मधे गेला होता. का केलंस असं तू.",

"त्याची काळजी वाटते कारण अजून माझं प्रेम आहे विवेकवर.",पूजा हबकली उत्तर ऐकून.

" खूप प्रेम होतं त्याच्यावर, अजून आहे. मलाही एक family बनवायची होती त्याच्यासोबत. पण ज्याची स्वतःची family नाही,तो दुसऱ्यांची family कशी बनवणार ना.",

"म्हणजे?",

"त्याने फक्त मला सांगितलं होतं ते,आज तुला सांगते आहे.","विवेक अनाथ आहे.",

"बापरे!!! " पूजाला चक्कर यायची बाकी होती.

"हि गोष्ट कधीच,कूणाला सांगू नकोस. सुवर्णाला सुद्धा नाही." पूजाने होकारार्थी मान हलवली.

"तो राहतो ते सुद्धा भाड्याचे घर आहे.मग मला सांग,माझ्या घरचे कसे तयार होतील लग्नाला. एवढं सगळं असताना,त्याने मला लग्नाची मागणी घातल्यानंतर सांगितलं होतं सगळं. प्लीज, कोणाला सांगू नकोस हे. आणि त्याच्या घरी जाऊन चौकशी कर. तो कूठे आहे,याची चिंता लागून राहिली आहे मला.",

"कस शक्य आहे... विवेक अनाथ कसा?",

"ते माहित नाही मला.मलाही सुरुवातीला ते घर त्याचं आहे असं वाटायचं. खूप नंतर कळलं मला ते. ते जाऊ दे आता. लगेच घरी जा. बघ जरा आहे का तिथे तो. आणि लगेच कळव मला " पूजा निघाली. काहीतरी विचित्र आहे ना. आता जे ऐकलं ते खरं आहे का. विचार करत करत पूजा त्या ठिकाणी निघाली.

जरा आतच होती ती जागा. पोहोचेपर्यंत रात्रीचे ८ वाजले. पोहोचली एकदाची. दारावरची कडी वाजवली तिने. दरवाजा उघडताच पूजाने

लागोलाग विचारलं,

" विवेक... इथेच राहतो ना.",

"पूजा .... पूजा नाव आहे ना तुझं.",दारात उभ्या असलेल्या बाईने तिला विचारलं.

"हो... पण तुम्हाला कसं माहित?",

"आत ये आधी." पूजा आत गेली. बऱ्यापैकी मोठ्ठ घर होतं.

" विवेक तुझ्याबद्दल सांगत असायचा नेहमी. तुझा फोटोसुद्धा दाखवला होता त्याने.",

"हो, मी पूजाच आहे,पण विवेक कूठे आहे ?",

"तुला सांगून नाही गेला तो.",

"नाही",त्या बाई विचारात पडल्या. पूजालाही काही समजत नव्हतं.

"तुम्हाला काही विचारू का काकी?",

"हो... विचार ना.",

"विवेक अनाथ आहे का?",

"असं का विचारते आहेस तू... तुला माहित नाही हे.",

"नाही... मला काही बोलला नाही तो.",

"हो... तो अनाथ आहे... एकटाच आहे बिचारा.",

"मग तो बोलायचं कधीतरी कि, माझी आई असं बोलते,तसं बोलते... त्या कोण मग?",

"अगं... मलाच आई बोलतो तो आणि यांना बाबा." पूजा अचंबित झाली." आणि सुवर्णाला सुद्धा ओळखते मी.",

"कसं काय? ती तर कधीच आली नाही ना इथे?",

"चल."म्हणत त्या पूजाला एका खोलीत घेऊन आल्या.

"हि विवेकची रूम... आणि हे बघ." पूजाने पाहिलं. एका भिंतीवर सुवर्णाचे फोटो लावले होते, या family सोबतचे फोटो होते आणि स्वतःचे फोटोसुद्धा होते.

" तो ना सगळ्याचे फोटो लावून ठेवायचा, वेडा होता अगदी.",

"तो अनाथ आहे ना,मग तुमची कशी ओळख?",

"आम्ही पेपरात जाहिरात दिली होती,रूम भाड्याने द्यायचे आहे. हाच पहिला आलेला.शिकण्यासाठी आलेला मुंबईला. ठेवून घेतलं

त्याला,नंतर त्यानेच आम्हाला जिंकून घेतलं. अगदी माझ्या लहान मुलासारखा राहिला तो इकडे एवढी वर्ष.तुझं तर किती कौतुक करायचा." पूजाने स्वतःचा फोटो पाहिला." Greatest Friend Ever... " असं लिहिलं होतं विवेकने फोटोखाली.

"मग आता कुठे आहे तो?",

"माहित नाही,मला वाटलं होते कि तुम्हाला माहित असेल.",

"तरीसुद्धा काही बोलला असेल ना निघताना... काहीतरी.",

"हो... माझ्या घरी जातो म्हणाला परत.",

"त्याचं तर घर नाही ना.",

"मग तो त्याच्या अनाथाश्रमात गेला असेल. तो तिथेच वाढला ना... तिथे गेला असेल तो.",

"कोणते ?, माहित आहे का तुम्हाला.",

" तितकं माहित नाही,पण माथेरानला आहे असं म्हणायचा...इकडच काम संपलं म्हणून निघतो असा म्हणाला जाताना.... तो परत येईल म्हणून हि रूम बंद करून ठेवली आम्ही,त्याच्यासाठी." पूजा अजूनही फोटो पाहत होती. त्यांचे किती फोटो होते तिथे. पावसात भिजताना, समुद्रकिनारी निवांत क्षण, निसर्गात रमलेले क्षण. त्यांच्या आठवणी होत्या त्या. वाईट वाटलं तिला."चला काकी, मी निघते , तो जर परत आला तर मला कळवा."पूजाने मोबाईल नंबर दिला आणि निघाली.

विवेक कधी बोलला नाही... सुवर्णा मला बोलली होती एकदा,कि त्याला अजूनही नीटसं ओळखत नाही. तिच्यापासून लपवून ठेवलं तिने. तरीसुद्धा त्याला परत आणलं पाहिजे,निदान सुवर्णासाठी तरी. तिचं जास्त प्रेम आहे विवेकवर,माझ्याहीपेक्षा जास्त. मला जावेचं लागेल माथेरानला. पूजा रात्री उशिरा घरी आली. लगेच तिने bag भरायला घेतली." कुठे चाललीस गं bag भरून.","ऑफिसचं काम आहे.पळून जात नाही. आणि आता निघत नाही,सकाळी निघणार.","ठीक आहे."म्हणत आई झोपायला निघून गेली.

रात्री पूजाने माथेरानची माहिती search केली, इंटरनेट वर. चार अनाथाश्रम होती तिथे. चारही ठिकाणाचे नाव आणि पत्ते लिहून घेतले तिने. सकाळीच निघाली पूजा. मजल-दरमजल करत पूजा पोहोचली

माथेरानला. तेव्हा सकाळचे १० वाजले होते. माथेरानला उतरली आणि थंड हवा आली. अजूनही रस्त्यावर धुकं होतं. आभाळ भरलेलं,सोबत वाराही होता. कुंद वातावरण,मनाला हवंहवंसं वाटणारं. पूजा हरखून गेली. पहिल्यांदा आली होती ती इथे. विवेकचा विचार आला आणि ती भानावर आली. पहिला पत्ता काढला आणि विचारत विचारत ती पोहोचली तिथे. विवेकचा फोटो घेतला होता तिने मोबाईल मध्ये. त्या अनाथाश्रमात गेल्या गेल्या तिने, तिथे काम करणाऱ्या एका माणसाला विचारलं,

"याला पाहिलं आहे का तुम्ही इथे?", त्याने निरखून पाहिलं.

"विवेकसाहेब ना हे... ",पूजाला आनंद झाला.

"हा ... हो, तुम्ही बघितलं का इथे त्याला,आता आहे का तो इथे?",

"आता नाही,पण हे साहेब येतात कधीतरी इकडे.शहरात राहतात ना हे." पूजा निराश झाली.

"हा... पण ते कूठे थांबतात ते आमच्या सरांना माहित आहे. ते सांगतील तुम्हाला." त्याने पूजाला ऑफिसमधे आणून सोडलं.

"excuse me sir... ",

"yes!!",

" सर, तुम्ही विवेकला ओळखता का?",फोटो दाखवत पूजाने विचारलं.

"हो... विवेकला लहान असल्यापासून ओळखतो मी.",

"तो इकडे होता का राहायला?",

"नाही. पण पुढे अजून एक असं आश्रम आहे तिथे होता तो. लहानपणापासून धडपड्या होता, शिवाय छान स्वभाव म्हणून तो सगळ्यांना आवडायचा. म्हणून त्याला ओळखतो मी. आणि आता तो तिथेच असेल कदाचित आताही.",

"Thanks sir" म्हणत पूजा बाहेर पडली.तिथला address तर होताच,त्यामुळे तिला जास्त वेळ नाही लागला शोधायला.

ती गेट जवळ आली आणि पावसाला सुरुवात झाली. पूजा आडोश्याला उभी राहिली. समोरचे द्रुश्य किती मनमोहक होतं. पाऊस रिमझिम पडत होता. अजूनही धुकं होतं. सूर्याची किरणं झाडांच्या

पानांवर पडून चमकत होती. सकाळच होती ना ती, पक्षांची किलबिल सुरु होती.पूजा सर्वत्र नजर फिरवत होती. नजरेसमोरचा सर्व परिसर जणू सोन्याने न्हावून निघत होता,त्या कोवळ्या उन्हामध्ये. आणि एका कोपऱ्यात तिला विवेक उभा असलेला दिसला. हो... तो विवेकचं आहे. दीड महिन्यांनी त्याला पाहत होती ती. पाऊस जसा आला तसा लगेच गेला.विवेक तिथेच येत होता. पूजाकडे लक्ष गेलं तसा तो जागीच थांबला. पूजा पुढे झाली. विवेकची नजर गोठलेली तिच्यावर." विवेक... " पूजाने हाक मारली त्याला. फक्त जरासं उसन हसू त्याने चेहऱ्यावर आणलं. " कसा आहेस?","ठीक आहे. तू इथे कशी?", विवेकने विचारलं. इतक्यात तिथली लहान मुलं धावत आली आणि " विवेक दादा... विवेक दादा."करत त्याच्या भोवती जमा झाली. " तू सकाळी कूठे गेलास रे दादा... खेळायला नाही आलास..." एक लहान मुलगा रागात विवेकला बोलला. विवेक सगळ्यांना घेऊन आत आला. सोबत पूजा होतीच. विवेक त्याच्यासोबत खेळू लागला. पूजाला गंमत वाटली. तिलाही सामील करून घेतलं त्या मुलांनी खेळामध्ये. सकाळची दुपार आणि दुपारची संध्याकाळ कधी झाली ते कळलंच नाही पूजाला. छान दिवस गेला. विवेकसुद्धा भेटला होता. परंतु त्याच्यासोबत बोलणं झालचं नाही तिचं.

संध्याकाळ झाली तशी विवेक तिला सांगायला आला.

"आता जाऊ नकोस, रात्र झाली आहे. थांब इथेच. उद्या सकाळी निघ." विवेक जाऊ लागला तसा तिने त्याचा हात पकडला.

"थांब विवेक, मला बोलायचे आहे तुझ्याशी." विवेक थांबला, तिच्या नजरेत न पाहता बाहेर पाहत राहिला कूठेतरी.

" का आलास इथे... तेही न सांगता.",

"असचं... ",

"आणि एवढी मोठी गोष्ट लपवून ठेवलीस... माझ्यापासून, सुवर्णापासून.",

"तुला आईने पाठवलं वाटते इथे.",

" हो... आणि तिकडे कूठे पाहत आहेस... माझ्याकडे बघ ना...",

"नको...",

"का... ", विवेक बाजूला जाऊन उभा राहिला.

" माझी हिंमत होतं नाही,तुझ्या डोळ्यात पहायची.",

"असं काय केलं रे मी, कि सगळं सोडून आलास. ते सुद्धा तुझं कुटुंब होतं ना... मग... त्या सुवर्णाचा तरी विचार करायचा ना एकदा... " विवेक अजूनही बाहेर पाहत होता. खुप वेळानंतर बोलला,

" कसं असते ना पूजा... प्रत्येक वेळेस, आपल्याला सगळ्याच गोष्टी मिळतील असं नसते ना. शिवाय दुसऱ्यांचा खूप विचार केला मी, माझ्या मनाचा कोणी विचार नाही केला... कधीही." पूजा ते ऐकून गप्प झाली.

" अरे... पण सुवर्णाला तरी सांगायची होती ती गोष्ट. मी सोड, पण सुवर्णा.... ती तर तुझी एवढी best friend होती ना... मग.",

" ती खूप हळवी आहे माझ्यासाठी, तिला सांगितलं असतं आणि तीसुद्धा दूर झाली असती तर मी काय केलं असतं.आणि तिला आताही नाही कळलं पाहिजे हे. तुला माझी शप्पत आहे." पूजाला ऐकावचं लागलं.

" ठीक आहे मग, चल परत तिथे शहरात. तुझ्या त्या घरी... उद्या निघू आपण." विवेकने नकारार्थी मान हलवली.

" तिथलं वातावरण आता पहिल्यासारखं नाही राहिलं. जीव घुसमटतो माझा शहरात.",

" असं का बोलतोस तू... तुला घेऊन जायला आले मी.",

"का आलीस?",

" कारण माझं प्रेम.... " बोलता बोलता पूजा थांबली. विवेकने ऐकलं ते पण काही बोलला नाही.

" हे... प्रेम वगैरे काही नसते. काल्पनिक गोष्ट आहे ती.",

" मग ती मानसी, अजून का काळजी करते तुझी...सुवर्णा, तू गेल्यापासून रोज दादर स्टेशनला जाऊन उभी राहते,तुझ्यासाठी....तू भेटावंसं म्हणून. मीही आले नसते मग इथे." विवेक काही बोलला नाही त्यावर.

" हि लहान मुलं... त्यांचं किती प्रेम आहे तुझ्यावर.",

" या सगळ्याला प्रेम नाही म्हणत.... 'ओढ' असते ती मनाची फक्त,बाकी काही नाही. मानसीचं प्रेम असतं तर मला तिने खरी गोष्ट समजल्यावर सुद्धा एकट सोडलं नसतं. सुवर्णाचं प्रेम असतं तर तिने

ते आधीचं सांगायला पाहिजे होते. आणि तुही.... मला अनोळखी बोलली नसतीस मग.... बरोबर ना. सगळं कसं छान असते आपल्या आयुष्यात. फक्त आपल्याला आपला "तारा" शोधायचा असतो. मुंबईत कूठे आभाळ clear असते. मग कसा दिसणार माझा तारा मला. काय ना.... मलाही सुखी व्हायचे आहे आता." पूजाच्या डोळ्यात पाणी आलं.

"प्रेम जर असतं ना, तर माझ्या आई-वडीलांनी मला असंच सोडून दिले नसतं ना. इथल्या ma'am नी सांगितलं,कि माझ्या आई-वडिलांनी मी एक वर्षाचा होतो तेव्हा इकडे आणून सोडलं. का ते माहित नाही. पुन्हा कधी आलेच नाही ते. लहानपणापासून मी माझ्या माणसांना शोधत आलो. कधी त्या आईत, मानसीमध्ये, कधी सुवर्णा नंतर तुझ्यात. प्रत्येकात गुंतत गेलो. हाती काय आलं माझ्या.",

"प्रेम.... प्रेम भेटलं ना तुला.",

"प्रेम नको होतं मला... माझी माणस पाहिजे होती मला. ती कधीच भेटली नाही मला. आईने माया लावली मला, तरी प्रत्येक वेळेस मला ' अनाथ' असल्याची जाणीव व्हायची. तुमच्याबद्दल मी काहीच बोलू शकत नाही. जाऊ दे, मी पण काय एवढ्या रात्रीचा बोलत राहिलो. तू आत जा. पाऊस सुरु होईल आता.",

"पावसात भिजला नाहीस सकाळी.",

"सोडून दिलं आहे आता. भीती वाटते पावसाची. त्या आठवणी नको वाटतात मला, पुन्हा." पूजाच्या डोळ्यात अजूनही पाणी होतं.

" एखादी कविता ऐकवतोस.... खूप दिवस झाले ना, नवीन काही लिहिलंस कि नाही.",

"विचार येतंच नाहीत हल्ली डोक्यात,मग कसं लिहू." तेवढ्यात आतून विवेकच्या ma'am आल्या.

" अरे विवेक... चल जेवायला आणि तुझ्या मैत्रिणीला सुद्धा घेऊन ये.",

"ma'am हि आज इथेच राहणार आहे. हिची व्यवस्था होईल का?",

"हो ना... मी सांगते कोणाला तरी." विवेक आत जाण्यासाठी निघाला तसं पुन्हा पूजाने त्याचा हात पकडला,

"तुला उद्या माझ्या सोबतच निघावं लागेल. माझी शप्पत आहे तुला विवेक... ", विवेक त्यावर काही बोलला नाही.

पूजा रात्री विवेकचा विचार करत करत कधी झोपली ते कळलंचं नाही. सकाळी जाग आली तेव्हा ९ वाजले होते. लवकर लवकर तयार झाली पूजा आणि विवेकला शोधू लागली. भेटलाचं नाही तिला. त्या कालच्या ma'am दिसल्या तिला,

" ma'am.... विवेक कूठे आहे..... कूठे पाहिलंत का त्याला?",

"हो... तो तर निघून गेला, कूठे ते माहित नाही.",

"मग तो किती वेळात परत येईल तो?",

"तुला कळलं नाही, मी काय बोलले ते. तो त्याचं सामान घेऊन निघून गेला.",

"काय ?",पूजाला काय बोलावं ते कळत नव्हतं.

" कधी गेला ? काही सांगून गेला का तो ?",

"पहाटे ५ वाजताच गेला आणि त्याने तुझ्यासाठी एक चिट्टी ठेवली आहे.",

"मग तुम्ही थांबवलं का नाही त्याला.",त्यावर त्या ma'am हसल्या,

"हि जागा त्याचीच आहे. इतर मुलंही मोठी झाली कि निघून जातात इथून. पुन्हा येतात कधी कधी भेटायला पण पाहुणे म्हणून. विवेक सुद्धा तसाच आलेला आणि आता गेला निघून. मी कशी थांबवणार कूणाला?" त्यांनी ती चिट्टी पूजाच्या हातात दिली आणि आत निघून गेल्या.

चिट्टी वाचायला सुरुवात केली तिने. "Hi पूजा... माफ कर मला. पुन्हा न सांगता जात आहे. पण आता कायमचा जात आहे. प्लीज... शोधायचा प्रयत्न करू नकोस. सुवर्णाला सांग,विवेक भेटलाच नाही म्हणून. माझासाठी तुला हे करावंच लागेल. खरी गोष्ट आहे कि मला प्रेम आणि मैत्री यातला फरक कधी कळलाच नाही. त्या दोन्ही गोष्टी माझ्या नशिबात नव्हत्या. मानसी तिचं आयुष्य जगत आहे, सुवर्णानेही तसच करावं. तुम्ही तुमचं आयुष्य माझ्यासाठी खराब करू नका. तस माझ्याजवळ काही नाही तुम्हाला द्यायला. Specially, सुवर्णाची काळजी घे. खूप केलं तिने माझ्यासाठी. मीच समजू शकलो नाही

तुम्हाला. मनावर कंट्रोल आहे असं बोलायचो,नाही राहिला कधी कंट्रोल. लोकांनीही कधी समजून घेतलं नाही. दमलो आहे आता मी दुसऱ्यासाठी जगून,आता आराम करावा म्हणतो. मी सुद्धा खूप प्रयत्न केला,माणसं जोडायचा.... कधी जमलंच नाही मला. शिवाय इकडचं वातावरणही ढगाळ होऊ लागलं आहे. माझा तारा शोधायचा आहे ना मला. लहानपणापासून शोधतो आहे.... बघू... दुसरीकडे गेल्यावर माझं नशीब खुलते का ते. आणि हो... पावसात भिजणं सोडू नकोस,छान असतो तो पाऊस. भिजताना माझी आठवण काढू नकोस कधी, त्रास होतो आठवणी आल्या कि. चल, तुला 'येतो' असही म्हणू शकत नाही.कारण पुन्हा आपली भेट होईल असं वाटत नाही. निघतो मी आणि हो.... तू काल बोलत होतीस ना... कविता ऐकव एखादी....लिहिली आहे बघ. तू म्हणायचीच ना, कि मी सर्वात मोठी fan आहे तुझी. तुला कसं नाराज करीन मी. शेवटची कविता... तुझ्यासाठी... Bye पुजू... miss you always...

आजकाल....... आजकाल, पौर्णिमेला सुद्धा चंद्र पूर्ण दिसत नाही.
कदाचित मला बघून तोंड फिरवून घेत असेल.
मीही सांगतो मग त्याला, ठीक आहे रे. नको बघूस माझ्याकडे.
नाहीतरी तू काहीच नव्हताच "तिच्या" समोर पहिल्यापासून.
आजकाल....... आजकाल, मी मनाचं आणि मन माझं ऐकतंच नाही.
कदाचित तुझचं ऐकण्याची सवय झाली आहे त्याला,
मीही सांगतो मग त्याला, माझे ऐकत नाहीस ते ठीक आहे.
पण तुझा मनाचे तरी ऐकत जा कधीतरी.
आजकाल....... आजकाल,पाऊससुद्धा कोरडा कोरडाच असतो.
जणू काही, त्यातला ओलावा तुझ्यासोबतच निघून गेला.
मीही सांगतो मग पावसाला, उगाचच भरून येत जाऊ नकोस.
तू आलास, तर डोळ्यातल्या आभाळाच काय करायचं.
आजकाल....... आजकाल,कळ्या माझाशी बोलत नाहीत.
तुझ्या वळणावर गेल्या आहेत कदाचित.
मीही सांगतो मग त्यांना,फुलू नका कधीच,उमलू नका.
पुन्हा कोणी प्रेमात पडायला नको तुमच्या.

आजकाल....... आजकाल, उन्हात देखील सावली नसते सोबतीला. कदाचित, तीसुद्धा वैतागली असेल माझ्यासोबत राहून.

मीही सांगतो मग तिला, तुला सांगणारच होतो निघून जा म्हणून. एकट रहायची आता "सवय" करून घ्यायची आहे मला.

पूजा कविता वाचता वाचता बाहेर आली. डोळ्यात पाणी, काय केलं आपण ,एका मनमोकळ्या पाखराला. कूठे गेला असेल तो. सकाळचे ९ वाजले तरी अजून धुकं होते बाहेर. पावसाने हळूच सुरुवात केली होती. विवेकची आठवण झाली... पावसात हात पसरून भिजणारा विवेक आठवला तिला. खरंच, प्रेम नसते का...विवेक बोलायचा ते बरोबर, खरं प्रेम असंच असते, समोर असते तेव्हा दिसत नाही आणि जाणीव होते तेव्हा खूप दूर गेलेलं असते. आपला तारा आपल्या समोरच होता. त्याला ओळखूचं शकलो नाही आपण. खरंच, माझा तारा आता कायमचा दूर गेला माझ्यापासून.... त्या स्वप्नातल्या धुक्यात हरवून गेला... आता तो कधीच दिसणार नाही मला... पुन्हा एकदा धुक्यातलं चांदणं.....

....The End..

www.ingramcontent.com/pod-product-compliance
Lightning Source LLC
LaVergne TN
LVHW020006230825
819400LV00033B/1036
* 9 7 9 8 8 8 5 4 6 0 8 4 2 *